Protecting Your Ideas: Software Patent Law for the Masses

మీ ఆలోచనలను రక్షించుకోండి: సాధారణ ప్రజల కోసం సాఫ్ట్‌వేర్ పేటెంట్ చట్టం

Zara Khan

Copyright © [2024]

Title: Protecting Your Ideas: Software Patent Law for the Masses

Author's: Zara Khan

All rights reserved. No part of this publication may be reproduced, stored in a retrieval system, or transmitted in any form or by any means, electronic, mechanical, photocopying, recording, or otherwise, without the prior written permission of the publisher or author, except in the case of brief quotations embodied in critical reviews and certain other non-commercial uses permitted by copyright law.

This book was printed and published by [Publisher's: Zara Khan] in [2023]

ISBN:

TABLE OF CONTENT

Chapter 1: Introduction to Software Patents and Intellectual Property 12

- Importance of protecting software ideas
- Overview of intellectual property (IP) and its types
- Copyright, Trade Secrets, and Patents: Comparing protections for software
- Why patent software? Benefits and considerations
- Understanding the limitations of patents for software

Chapter 2: Demystifying Software Patent Law Basics 22

- Patentable subject matter for software: What can and cannot be patented
- Key requirements for a software patent: Novelty, Utility, Non-obviousness
- Understanding the patent application process: Filing, prosecution, and examination
- The role of patent claims in defining what is protected
- Common challenges and pitfalls in software patent applications

Chapter 3: Evaluating Your Software Idea for Patentability 32

- Identifying the unique and inventive aspects of your software
- Conducting a prior art search: Assessing existing patents and inventions
- Evaluating the strength of your patentability claim
- Making informed decisions: Patent vs. other IP protection strategies
- Considerations for cost, time, and legal resources involved

Chapter 4: Drafting a Software Patent Application (Simplified) 42

- Understanding the components of a patent application: Disclosure, claims, and drawings
- Writing clear and concise claims: Defining the scope of your invention
- Drafting the disclosure: Describing your invention in detail
- Preparing supporting materials: Drawings, flowcharts, and technical specifications
- Tips for effectively communicating your invention to the patent office

Chapter 5: Navigating the Patent Application Process   53

- Choosing a patent attorney or agent: Seeking professional guidance
- Filing your patent application: Domestic and international options
- Responding to examiner's office actions: Addressing concerns and making amendments
- Patent prosecution timeline and key milestones
- Understanding the costs associated with the patent process

Chapter 6: Enforcing Your Software Patent (Basics)   64

- Identifying potential infringement of your patent
- Understanding infringement options: Cease-and-desist letters, litigation
- The role of evidence and expert testimony in infringement cases
- Alternative dispute resolution (ADR) for patent disputes
- Cost considerations and challenges of patent enforcement

Chapter 7: Maintaining and Protecting Your Software Patent 74

- Patent maintenance fees and their importance
- Monitoring your patent for infringement and potential challenges
- Licensing your patent: Generating revenue and partnerships
- Strategies for building a strong patent portfolio
- Staying informed about changes in patent law and best practices

విషయ సూచిక

అధ్యాయం 1: సాఫ్ట్‌వేర్ పేటెంట్లు మరియు మేధో హక్కుల పరిచయం

- సాఫ్ట్‌వేర్ ఆలోచనలను రక్షించడం యొక్క ప్రాముఖ్యత
- మేధోసంపత్తి (IP) మరియు దాని రకాల యొక్క సమీక్ష
- కాపీరైట్, వ్యాపార రహస్యాలు మరియు పేటెంట్లు: సాఫ్ట్‌వేర్ కోసం రక్షణలను పోల్చడం
- ఎందుకు పేటెంట్ సాఫ్ట్‌వేర్? ప్రయోజనాలు మరియు పరిశీలనలు
- సాఫ్ట్‌వేర్ కోసం పేటెంట్ల యొక్క పరిమితులను అర్థం చేసుకోవడం

అధ్యాయం 2: సాఫ్ట్‌వేర్ పేటెంట్ చట్టాన్ని లోతుగా తెలుసుకోవడం

- సాఫ్ట్‌వేర్ కోసం పేటెంట్ పొందదగిన విషయం: ఏది పేటెంట్ పొందవచ్చు మరియు ఏది పొందలేము
- సాఫ్ట్‌వేర్ పేటెంట్ కోసం ముఖ్యమైన అవసరాలు: నవీనత, ఉపయోగకరత్వం, స్పష్టత లేనితనం
- పేటెంట్ దరఖాస్తు ప్రక్రియను అర్థం చేసుకోవడం: దాఖలు, న్యాయపరమైన చర్యలు మరియు పరీక్ష
- రక్షించబడినదాన్ని నిర్వచించడంలో పేటెంట్ దావాల పాత్ర
- సాఫ్ట్‌వేర్ పేటెంట్ దరఖాస్తులలో సాధారణ సవాళ్లు మరియు ఇబ్బందులు

అధ్యాయం 3: పేటెంట్ పొందే అర్హత కోసం మీ సాఫ్ట్‌వేర్ ఆలోచనను అంచనా వేయడం

- మీ సాఫ్ట్‌వేర్ యొక్క ప్రత్యేకమైన మరియు ఆవిష్కరణాత్మక అంశాలను గుర్తించడం
- పూర్వ కళా పరిశోధన నిర్వహించడం: పరి sediaన్ని లున్న పేటెంట్లు మరియు ఆవిష్కరణలను అంచనా వేయడం
- మీ పేటెంట్ పొందే హక్కు దావా యొక్క బలాన్ని అంచనా వేయడం
- సమాచన నిర్ణయాలు తీసుకోవడం: పేటెంట్ vs ఇతర IP రక్షణ వ్యూహాలు
- ఖర్చు, సమయం మరియు చట్టపరమైన వనరుల పరిశీలనలు

అధ్యాయం 4: సాఫ్ట్‌వేర్ పేటెంట్ దరఖాస్తును రూపొందించడం (సరళీకృతం)

- పేటెంట్ దరఖాస్తు యొక్క భాగాలను అర్థం చేసుకోవడం: వెల్లడి, దావాలు మరియు డ్రాయింగ్‌లు
- స్పష్టమైన మరియు సంక్షిప్తమైన దావాలను రాయడం: మీ ఆవిష్కరణ యొక్క పరిధిని నిర్వచించడం
- వెల్లడిని రూపొందించడం: మీ ఆవిష్కరణను వివరంగా వివరించడం
- సహాయక పదార్థాలను సిద్ధం చేయడం: డ్రాయింగ్‌లు, ఫ్లోచార్ట్‌లు మరియు సాంకేతిక స్పెసిఫికేషన్లు
- మీ ఆవిష్కరణను పేటెంట్ కార్యాలయానికి αποτελεσματ్మకంగా తెలియజేయడానికి చిట్కాలు

అధ్యాయం 5: పేటెంట్ దరఖాస్తు ప్రక్రియను నావిగేట్ చేయడం

- పేటెంట్ న్ాయవాది లేదా ఏజెంట్‌ను ఎంచుకోవడం: వృత్తిపరమైన మార్గదర్శకత్వం కోసం వెతుకుతున్నారు
- మీ పేటెంట్ దరఖాస్తును దాఖలు చేయడం: దేశీయ మరియు అంతర్జాతీయ ఎంపికలు
- పరీక్షకుడి కార్యాలయ చర్యలకు స్పందించడం: సమస్యలను పరిష్కరించడం మరియు సవరణలు చేయడం
- పేటెంట్ న్యాయనిర్దేశ సమయరేఖ మరియు ముఖ్యమైన మైలురాళ్లు
- పేటెంట్ ప్రక్రియతో సంబంధం ఉన్న ఖర్చులను అర్థం చేసుకోవడం

అధ్యాయం 6: మీ సాఫ్ట్‌వేర్ పేటెంట్‌ను అమలు చేయడం (ప్రాథమికాలు)

- మీ పేటెంట్ యొక్క సంభావ్య ఉల్లంఘనను గుర్తించడం
- ఉల్లంఘన ఎంపికలను అర్థం చేసుకోవడం: నిలిపివేయి మరియు విరమించు లేఖలు, న్యాయవాద పోరాటాలు
- ఉల్లంఘన కేసుల్లో ఆధారాలు మరియు నిపుణుల సాక్ష్యం యొక్క పాత్ర
- పేటెంట్ వివాదాల కోసం ప్రత్యామ్నాయ వివాద పరిష్కారం (ADR)
- పేటెంట్ అమలు యొక్క ఖర్చు పరిశీలనలు మరియు సవాళ్లు

అధ్యాయం 7: మీ సాఫ్ట్‌వేర్ పేటెంట్‌ను నిర్వహించడం మరియు రక్షించడం

- పేటెంట్ నిర్వహణ రుసుములు మరియు వాటి ప్రాముఖ్యత
- ఉల్లంఘన మరియు సంభావ్య సవాళ్ల కోసం మీ పేటెంట్‌ను పర్యవేక్షించడం
- మీ పేటెంట్‌ను లైసెన్స్ చేయడం: ఆదాయం మరియు భాగస్వామ్యాలను సృష్టించడం
- బలమైన పేటెంట్ పోర్ట్‌ఫోలియోను నిర్మించడానికి వ్యూహాలు
- పేటెంట్ చట్టం మరియు ఉత్తమ పద్ధతులలో మార్పుల గురించి తెలుసుకోవడం

Chapter 1: Introduction to Software Patents and Intellectual Property

అధ్యాయం 1: సాఫ్ట్‌వేర్ పేటెంట్లు మరియు మేధో హక్కుల పరిచయం

సాఫ్ట్‌వేర్ ఆలోచనలను రక్షించడం యొక్క ప్రాముఖ్యత

సాఫ్ట్‌వేర్ అనేది ఒక ముఖ్యమైన ఆర్థిక వనరు. ఇది భారీ మొత్తంలో పెట్టుబడిని కలిగి ఉంది మరియు దాని అభివృద్ధికి చాలా సమయం మరియు కృషి అవసరం. సాఫ్ట్‌వేర్ ఆలోచనలు కూడా చాలా విలువైనవి. అవి కొత్త ఉత్పత్తులు మరియు సేవలను సృష్టించడానికి మరియు వ్యాపారాలకు ప్రయోజనం చేకూర్చడానికి ఉపయోగించబడతాయి.

సాఫ్ట్‌వేర్ ఆలోచనలను రక్షించడం ముఖ్యం ఎందుకంటే అవి:

- మేధస్సు యొక్క ఫలితాలు: సాఫ్ట్‌వేర్ ఆలోచనలు ఒక వ్యక్తి లేదా బృందం యొక్క మేధస్సు యొక్క ఫలితాలు. అవి ఆ వ్యక్తి లేదా బృందానికి చెందినవి మరియు వాటిని రక్షించడం న్యాయం.

- వ్యాపార సంపద: సాఫ్ట్‌వేర్ ఆలోచనలు వ్యాపారాలకు ముఖ్యమైన ఆస్తి. అవి కొత్త ఉత్పత్తులు మరియు సేవలను సృష్టించడానికి మరియు వ్యాపారాలకు ప్రయోజనం చేకూర్చడానికి ఉపయోగించబడతాయి. వాటిని రక్షించడం వ్యాపారాలకు వారి ఆస్తిని కాపాడుకోవడంలో సహాయపడుతుంది.

- సమాజానికి ప్రయోజనం: సాఫ్ట్‌వేర్ ఆలోచనలు సమాజానికి ప్రయోజనం చేకూరుస్తాయి. అవి కొత్త ఉత్పత్తులు మరియు

సేవలను సృష్టించడానికి ఉపయోగించబడతాయి, ఇవి ప్రజల జీవితాలను మెరుగుపరచడంలో సహాయపడతాయి. వాటిని రక్షించడం సమాజానికి ఈ ప్రయోజనాలను కాపాడుకోవడంలో సహాయపడుతుంది.

సాఫ్ట్‌వేర్ ఆలోచనలను రక్షించడానికి అనేక మార్గాలు ఉన్నాయి. ఒక మార్గం పేటెంట్లను పొందడం. పేటెంట్లు ఒక వ్యక్తి లేదా సంస్థకు ఒక నిర్దిష్ట సాంకేతికతను వారి ప్రత్యేకమైన ఆస్తిగా గుర్తించడానికి అనుమతిస్తాయి. మరొక మార్గం కాపీరైట్లను పొందడం. కాపీరైట్లు ఒక వ్యక్తి లేదా సంస్థకు ఒక నిర్దిష్ట సృజనాత్మక పనిని వారి ప్రత్యేకమైన ఆస్తిగా గుర్తించడానికి అనుమతిస్తాయి.

మేధోసంపత్తి (IP) మరియు దాని రకాల యొక్క సమీక్ష

మేధోసంపత్తి (IP) అనేది మానవ మేధస్సు యొక్క ఉత్పత్తులను రక్షించడానికి ఉపయోగించే చట్టాలు మరియు విధానాల సమితి. ఇది సృజనాత్మక పని, వ్యాపార రహస్యాలు మరియు పేటెంట్ల వంటి అనేక రకాల రక్షణలను కలిగి ఉంటుంది.

మేధోసంపత్తి యొక్క ప్రాముఖ్యత

మేధోసంపత్తి ఆర్థిక వ్యవస్థలో ముఖ్యమైన పాత్ర పోషిస్తుంది. ఇది కొత్త ఉత్పత్తులు మరియు సేవలను అభివృద్ధి చేయడానికి మరియు వ్యాపారాలను విజయవంతం చేయడానికి అవసరం.

మేధోసంపత్తి రక్షణ మేధస్సును ప్రోత్సహిస్తుంది మరియు ఆవిష్కరణలను ప్రోత్సహిస్తుంది. ఇది వ్యాపారాలకు వారి ఆస్తులు మరియు పెట్టుబడులను రక్షించడంలో సహాయపడుతుంది.

మేధోసంపత్తి రకాలు

మేధోసంపత్తి రెండు ప్రధాన రకాలుగా విభజించబడింది:

- సృజనాత్మక పని: సృజనాత్మక పని అనేది ఒక వ్యక్తి యొక్క మేధస్సు మరియు కళాత్మక భావన యొక్క ఉత్పత్తి. ఇది సాహిత్యం, సంగీతం, చిత్రకళ, సినిమా మరియు ఇతర రంగాలలోని పనిని కలిగి ఉంటుంది.
- వాణిజ్య ఆస్తి: వాణిజ్య ఆస్తి అనేది వ్యాపారానికి విలువైనదిగా పరిగణించబడే మేధోసంపత్తి. ఇది వ్యాపార

రహస్యాలు, పేటెంట్లు మరియు ట్రేడ్‌మార్క్‌ల వంటి వాటిని కలిగి ఉంటుంది.

సృజనాత్మక పని రక్షణ

సృజనాత్మక పని రక్షణకు రెండు ప్రధాన మార్గాలు ఉన్నాయి:

- కపీరైట్: కపీరైట్ అనేది సృజనాత్మక పని యొక్క రచయిత లేదా సృష్టికర్తకు ఇచ్చిన ఒక రకమైన మేధోసంపత్తి హక్కు. ఇది పనిని కాపీ చేయడం, వ్యాప్తి చేయడం, ప్రదర్శించడం లేదా అనువదించడం నుండి ఇతరులను నిరోధిస్తుంది.
- ట్రేడ్‌మార్క్: ట్రేడ్‌మార్క్ అనేది ఒక వ్యాపారం తన ఉత్పత్తులు లేదా సేవలను గుర్తించడానికి ఉపయోగించే ఒక చిహ్నం. ఇది ఇతర వ్యాపారాలు ఈ చిహ్నాన్ని ఉపయోగించకుండా నిరోధిస్తుంది.

కాపీరైట్, వ్యాపార రహస్యాలు మరియు పేటెంట్లు: సాఫ్ట్‌వేర్ కోసం రక్షణలను పోల్చడం

పరిచయం

సాఫ్ట్‌వేర్ అనేది కంప్యూటర్‌లు మరియు ఇతర ఇలక్ట్రానిక్ పరికరాలను నియంత్రించడానికి ఉపయోగించే కోడ్ మరియు దస్త్రాల సమితి. ఇది ఒక విలువైన ఆస్తి, మరియు సాఫ్ట్‌వేర్ రూపకర్తలు తమ పనిని రక్షించుకోవడానికి చట్టపరమైన మార్గాలను కనుగొనడం ముఖ్యం.

సాఫ్ట్‌వేర్ రక్షణ కోసం మూడు ప్రధాన మార్గాలు ఉన్నాయి: కాపీరైట్, వ్యాపార రహస్యాలు మరియు పేటెంట్లు. ఈ రకాల రక్షణ యొక్క ప్రయోజనాలు మరియు అప్రయోజనాలను అర్థం చేసుకోవడం ద్వారా, సాఫ్ట్‌వేర్ రూపకర్తలు తమ అవసరాలకు ఉత్తమంగా సరిపోయే రక్షణను ఎంచుకోవచ్చు.

కాపీరైట్

కాపీరైట్ అనేది ఒక రకమైన ఆస్తి హక్కు, ఇది రచయితలు, సంగీతకారులు, కళాకారులు మరియు సాఫ్ట్‌వేర్ రూపకర్తల వంటి సృజనాత్మక వ్యక్తులకు వారి పనిని కాపీ చేయకుండా లేదా వ్యాపరపరంగా ఉపయోగించకుండా నిరోధించడానికి రక్షణ కల్పిస్తుంది.

కాపీరైట్ యొక్క ప్రయోజనాలు:

- ఇది సాఫ్ట్‌వేర్ రూపకర్తలకు వారి పనిని ప్రోత్సహించడానికి మరియు లాభం పొందడానికి అనుమతిస్తుంది.

- ఇది సాఫ్ట్‌వేర్ రూపకర్తలకు వారి పనిని కాపీ చేయడం లేదా వ్యాపరపరంగా ఉపయోగించడం వల్ల కలిగే ఆర్థిక నష్టాల నుండి రక్షిస్తుంది.

కాపీరైట్ యొక్క అప్రయోజనాలు:

- ఇది సాఫ్ట్‌వేర్‌ను సులభంగా అందుబాటులో ఉంచడాన్ని నిరోధించవచ్చు.
- ఇది సాఫ్ట్‌వేర్‌ను సవరించడానికి లేదా మెరుగుపరచడానికి ఇతరులకు ఇబ్బంది కలిగించవచ్చు.

వ్యాపార రహస్యాలు

వ్యాపార రహస్యాలు అనేవి వ్యాపారానికి విలువైనవి, కానీ అందరికీ తెలియని సమాచారం. వ్యాపార రహస్యాలకు ఉదాహరణలు:

- సాఫ్ట్‌వేర్ కోడ్
- మార్కెటింగ్ పద్ధతులు
- ఉత్పత్తి రహస్యాలు

వ్యాపార రహస్యాలను రక్షించడానికి, వ్యాపారాలు తమ ఉద్యోగులకు రహస్య నిబంధనలను అమలు చేయాలి మరియు తమ వ్యాపార రహస్యాలను సురక్షితంగా ఉంచడానికి చర్యలు తీసుకోవాలి.

ఎందుకు పేటెంట్ సాఫ్ట్‌వేర్? ప్రయోజనాలు మరియు పరిశీలనలు

పరిచయం

సాఫ్ట్‌వేర్ అనేది ఒక విలువైన ఆస్తి, మరియు సాఫ్ట్‌వేర్ రూపకర్తలు తమ పనిని రక్షించుకోవడానికి చట్టపరమైన మార్గాలను కనుగొనడం ముఖ్యం. సాఫ్ట్‌వేర్ రక్షణ కోసం మూడు ప్రధాన మార్గాలు ఉన్నాయి: కాపీరైట్, వ్యాపార రహస్యాలు మరియు పేటెంట్లు.

కాపీరైట్ మరియు వ్యాపార రహస్యాలు సాఫ్ట్‌వేర్ రూపకర్తలకు కొన్ని రక్షణను అందిస్తాయి, కానీ పేటెంట్లు అత్యంత శక్తివంతమైన రకమైన రక్షణను అందిస్తాయి. పేటెంట్ అనేది ఒక ప్రభుత్వం ఇచ్చే ఒక రకమైన ఆస్తి హక్కు, ఇది రూపకర్తకు వారి కొత్త ఆవిష్కరణను నిర్దిష్ట కాల వ్యవధిలో ప్రపంచవ్యాప్తంగా ఏకస్వామ్యంగా ఉపయోగించే హక్కును ఇస్తుంది.

పేటెంట్ సాఫ్ట్‌వేర్ కోసం ఎందుకు ఉపయోగించబడుతుంది?

సాఫ్ట్‌వేర్‌ను పేటెంట్ చేయడానికి అనేక కారణాలు ఉన్నాయి, వీటిలో:

- రాబడిని పెంచడానికి: పేటెంట్లు సాఫ్ట్‌వేర్ రూపకర్తలకు వారి పని యొక్క ప్రత్యేకతను కాపాడుకోవడానికి మరియు ఇతరుల నుండి లాభం పొందడానికి అనుమతిస్తాయి.
- ప్రత్యర్థులను నిరోధించడానికి: పేటెంట్లు సాఫ్ట్‌వేర్ రూపకర్తలకు వారి ప్రత్యర్థులు వారి పనిని కాపీ చేయడాన్ని లేదా ఉపయోగించడాన్ని నిరోధించడానికి అనుమతిస్తాయి.

పరిశోధన మరియు అభివృద్ధికి ప్రోత్సహించడానికి: పేటెంట్లు సాఫ్ట్‌వేర్ రూపకర్తలకు కొత్త ఆవిష్కరణలను చేయడానికి మరియు వాటిని మార్కెట్‌లోకి తీసుకురావడానికి ప్రోత్సహిస్తాయి.

పేటెంట్ సాఫ్ట్‌వేర్ యొక్క ప్రయోజనాలు

పేటెంట్ సాఫ్ట్‌వేర్ యొక్క అనేక ప్రయోజనాలు ఉన్నాయి, వీటిలో:

- మరింత లాభదాయకత: పేటెంట్లు సాఫ్ట్‌వేర్ రూపకర్తలకు వారి పని యొక్క ప్రత్యేకతను కాపాడుకోవడానికి మరియు ఇతరుల నుండి లాభం పొందడానికి అనుమతిస్తాయి.

- ప్రత్యర్థులపై ప్రయోజనం: పేటెంట్లు సాఫ్ట్‌వేర్ రూపకర్తలకు వారి ప్రత్యర్థులు వారి పనిని కాపీ చేయడాన్ని లేదా ఉపయోగించడాన్ని నిరోధించడానికి అనుమతిస్తాయి.

సాఫ్ట్‌వేర్ కోసం పేటెంట్ల యొక్క పరిమితులను అర్థం చేసుకోవడం

పరిచయం

సాఫ్ట్‌వేర్ అనేది ఒక విలువైన ఆస్తి, మరియు సాఫ్ట్‌వేర్ రూపకర్తలు తమ పనిని రక్షించుకోవడానికి చట్టపరమైన మార్గాలను కనుగొనడం ముఖ్యం. సాఫ్ట్‌వేర్ రక్షణ కోసం మూడు ప్రధాన మార్గాలు ఉన్నాయి: కాపీరైట్, వ్యాపార రహస్యాలు మరియు పేటెంట్లు.

కాపీరైట్ మరియు వ్యాపార రహస్యాలు సాఫ్ట్‌వేర్ రూపకర్తలకు కొన్ని రక్షణను అందిస్తాయి, కానీ పేటెంట్లు అత్యంత శక్తివంతమైన రకమైన రక్షణను అందిస్తాయి. పేటెంట్ అనేది ఒక ప్రభుత్వం ఇచ్చే ఒక రకమైన ఆస్తి హక్కు, ఇది రూపకర్తకు వారి కొత్త ఆవిష్కరణను నిర్దిష్ట కాల వ్యవధిలో ప్రపంచవ్యాప్తంగా ఏకస్వామ్యంగా ఉపయోగించే హక్కును ఇస్తుంది.

సాఫ్ట్‌వేర్ కోసం పేటెంట్లకు అనేక ప్రయోజనాలు ఉన్నాయి, కానీ అవి కొన్ని పరిమితులను కూడా కలిగి ఉంటాయి. ఈ పరిమితులను అర్థం చేసుకోవడం ముఖ్యం, తద్వారా సాఫ్ట్‌వేర్ రూపకర్తలు తమ పేటెంట్లను సమర్థవంతంగా ఉపయోగించగలరు.

సాఫ్ట్‌వేర్ కోసం పేటెంట్ల యొక్క పరిమితులు

సాఫ్ట్‌వేర్ కోసం పేటెంట్లకు కొన్ని ప్రధాన పరిమితులు ఉన్నాయి:

- సృజనాత్మకత లేదా కళాత్మకత యొక్క కొత్త ఆవిష్కరణలను పేటెంట్ చేయలేరు. ఉదాహరణకు, ఒక కొత్త ఫోటో ఎఫెక్ట్‌ను లేదా ఒక కొత్త సినిమా స్క్రిప్ట్‌ను పేటెంట్ చేయలేరు.
- సాధారణ శాస్త్రీయ సత్యాలను లేదా సాధారణ డిజైన్‌లను పేటెంట్ చేయలేరు. ఉదాహరణకు, ఒక గణిత సూత్రాన్ని లేదా ఒక సాధారణ యంత్రాన్ని పేటెంట్ చేయలేరు.
- ఆలోచనలను లేదా ప్రక్రియలను పేటెంట్ చేయలేరు. పేటెంట్ చేయడానికి, ఆవిష్కరణ ఒక నిర్దిష్ట ఉత్పత్తి లేదా ప్రక్రియను సూచించాలి.

ఈ పరిమితుల కారణంగా, సాఫ్ట్‌వేర్ కోసం పేటెంట్‌లు తరచుగా హార్డ్‌వేర్ ఆవిష్కరణల కంటే తక్కువ విజయవంతమవుతాయి.

Chapter 2: Demystifying Software Patent Law Basics

అధ్యాయం 2: సాఫ్ట్‌వేర్ పేటెంట్ చట్టాన్ని లోతుగా తెలుసుకోవడం

సాఫ్ట్‌వేర్ కోసం పేటెంట్ పొందదగిన విషయం: ఏది పేటెంట్ పొందవచ్చు మరియు ఏది పొందలేము

సాఫ్ట్‌వేర్ పేటెంట్లు అనేవి కొత్త మరియు ఆవిష్కరణాత్మక సాఫ్ట్‌వేర్ ఉత్పత్తులు లేదా ప్రక్రియలకు ఇవ్వబడే ఒక రకమైన మేధోసంపత్తి హక్కు. అవి సాఫ్ట్‌వేర్ రూపకల్పన, ఆర్కిటెక్చర్, ఇంజనీరింగ్, మరియు అల్గారిథంలను రక్షించడానికి ఉపయోగించవచ్చు.

సాఫ్ట్‌వేర్ పేటెంట్లను పొందడం చాలా కష్టం, ఎందుకంటే సాఫ్ట్‌వేర్ అనేది సాధారణంగా ఆవిష్కరణాత్మకత లేదా సృజనాత్మకత యొక్క ఒక కొత్త స్థాయిని సూచించదు. అయితే, కొన్ని సందర్భాల్లో, సాఫ్ట్‌వేర్ పేటెంట్లను పొందవచ్చు.

ఏది పేటెంట్ పొందవచ్చు

సాఫ్ట్‌వేర్ పేటెంట్లను పొందవచ్చు:

- కొత్త మరియు ఆవిష్కరణాత్మక సాఫ్ట్‌వేర్ ఉత్పత్తులు లేదా ప్రక్రియలు: ఈ ఉత్పత్తులు లేదా ప్రక్రియలు ప్రస్తుతంలో ఉన్న వాటి కంటే భిన్నంగా ఉండాలి మరియు ఆవిష్కరణాత్మకంగా ఉండాలి.

- సాఫ్ట్‌వేర్‌లోని కొత్త మరియు ఆవిష్కరణాత్మక లక్షణాలు: ఈ లక్షణాలు సాఫ్ట్‌వేర్‌కు కొత్త లక్షణాలు లేదా పనితీరును అందిస్తాయి.
- సాఫ్ట్‌వేర్‌లోని కొత్త మరియు ఆవిష్కరణాత్మక పద్ధతులు: ఈ పద్ధతులు సాఫ్ట్‌వేర్‌ను రూపొందించడానికి లేదా ఉపయోగించడానికి కొత్త మార్గాలను అందిస్తాయి.

ఏది పేటెంట్ పొందలేదు

సాఫ్ట్‌వేర్ పేటెంట్‌లను పొందలేవు:

- సాధారణ భావనలు లేదా ఆలోచనలు: సాఫ్ట్‌వేర్ కోసం పేటెంట్ పొందడానికి, ఆలోచన కొత్తగా మరియు ఆవిష్కరణాత్మకంగా ఉండాలి.
- ప్రస్తుతంలో ఉన్న సాఫ్ట్‌వేర్‌లో కేవలం చిన్న మార్పులు: ఈ మార్పులు సాఫ్ట్‌వేర్‌కు కొత్త లక్షణాలు లేదా పనితీరును అందించకపోతే, అవి పేటెంట్‌కు అర్హత పొందవు.
- సాఫ్ట్‌వేర్‌లోని సాధారణ ఫంక్షనల్ లక్షణాలు: ఈ లక్షణాలు అన్ని సాఫ్ట్‌వేర్‌లో కనిపిస్తాయి మరియు ప్రత్యేకంగా ఒక నిర్దిష్ట సాఫ్ట్‌వేర్ ఉత్పత్తికి ఆవిష్కరణాత్మకమైనవి కావు.

సాఫ్ట్‌వేర్ పేటెంట్ కోసం ముఖ్యమైన అవసరాలు: నవీనత, ఉపయోగకరత్వం, స్పష్టత లేనితనం

పరిచయం

సాఫ్ట్‌వేర్ అనేది ఒక విలువైన ఆస్తి, మరియు సాఫ్ట్‌వేర్ రూపకర్తలు తమ పనిని రక్షించుకోవడానికి చట్టపరమైన మార్గాలను కనుగొనడం ముఖ్యం. సాఫ్ట్‌వేర్ రక్షణ కోసం మూడు ప్రధాన మార్గాలు ఉన్నాయి: కాపీరైట్, వ్యాపార రహస్యాలు మరియు పేటెంట్లు.

కాపీరైట్ మరియు వ్యాపార రహస్యాలు సాఫ్ట్‌వేర్ రూపకర్తలకు కొన్ని రక్షణను అందిస్తాయి, కానీ పేటెంట్లు అత్యంత శక్తివంతమైన రకమైన రక్షణను అందిస్తాయి. పేటెంట్ అనేది ఒక ప్రభుత్వం ఇచ్చే ఒక రకమైన ఆస్తి హక్కు, ఇది రూపకర్తకు వారి కొత్త ఆవిష్కరణను నిర్దిష్ట కాల వ్యవధిలో ప్రపంచవ్యాప్తంగా ఏకస్వామ్యంగా ఉపయోగించే హక్కును ఇస్తుంది.

సాఫ్ట్‌వేర్ కోసం పేటెంట్‌ను పొందడానికి, ఆవిష్కరణ కొన్ని నిర్దిష్ట అవసరాలను తీర్చాలి. ఈ అవసరాలలో నవీనత, ఉపయోగకరత్వం మరియు స్పష్టత లేనితనం ఉన్నాయి.

నవీనత

నవీనత అనేది ఒక ఆవిష్కరణ ఇప్పటికే తెలిసిన లేదా ప్రచురించబడిన ఆవిష్కరణల కంటే కొత్తదైనదని అర్థం. సాఫ్ట్‌వేర్ కోసం పేటెంట్ కోసం, ఆవిష్కరణ యొక్క ప్రాథమిక సూత్రం ప్రపంచవ్యాప్తంగా తెలిసిన లేదా ప్రచురించబడిన ఆవిష్కరణల నుండి భిన్నంగా ఉండాలి.

ఉపయోగకరత్వం

ఉపయోగకరత్వం అనేది ఒక ఆవిష్కరణ అనువర్తనం కోసం లేదా ఒక సమస్యను పరిష్కరించడానికి ఉపయోగపడుతుందని అర్థం. సాఫ్ట్‌వేర్ కోసం పేటెంట్ కోసం, ఆవిష్కరణ యొక్క ప్రాథమిక సూత్రం కొత్త ఉత్పత్తిని లేదా ప్రక్రియను సృష్టించడానికి లేదా మెరుగుపరచడానికి ఉపయోగపడుతుంది.

స్పష్టత లేనితనం

స్పష్టత లేనితనం అనేది ఒక ఆవిష్కరణ ఇతరులకు అర్థం చేసుకోవడానికి సులభమైనది మరియు పునరుత్పత్తి చేయడానికి సాధ్యమైనది అని అర్థం.

పేటెంట్ దరఖాస్తు ప్రక్రియను అర్థం చేసుకోవడం: దాఖలు, న్యాయపరమైన చర్యలు మరియు పరీక్ష

పేటెంట్ అనేది ఒక కొత్త ఉత్పత్తి లేదా ప్రక్రియకు ఇచ్చిన ఒక రకమైన మేధోసంపత్తి హక్కు. ఇది ఇతర వ్యాపారాలు మీ ఉత్పత్తి లేదా ప్రక్రియను ఉపయోగించకుండా నిరోధిస్తుంది.

పేటెంట్ పొందడానికి, మీరు మొదట పేటెంట్ దరఖాస్తును దాఖలు చేయాలి. పేటెంట్ దరఖాస్తు ప్రక్రియ చాలా సమయం మరియు శ్రమతో కూడుకున్నది. ఇది మీరు మీ ఆవిష్కరణను రక్షించుకోవాలనుకుంటే ముఖ్యమైన భాగం.

పేటెంట్ దరఖాస్తు ప్రక్రియలోని దశలు

పేటెంట్ దరఖాస్తు ప్రక్రియలో కింది దశలు ఉన్నాయి:

1. దరఖాస్తు: మీరు మొదట పేటెంట్ దరఖాస్తును దాఖలు చేయాలి. దరఖాస్తులో మీ ఆవిష్కరణ యొక్క వివరణ, దాని ప్రయోజనాలు మరియు ఇతర సంబంధిత సమాచారం ఉండాలి.
2. పరిశీలన: పేటెంట్ కార్యాలయం మీ దరఖాస్తును పరిశీలిస్తుంది. దానిలో ఏవైనా లోపాలు ఉంటే, మీరు వాటిని సరిదిద్దాలి.
3. పరీక్ష: పేటెంట్ కార్యాలయం మీ ఆవిష్కరణ కొత్తది మరియు ఆవిష్కరణాత్మకమైనదో లేదో నిర్ణయిస్తుంది.
4. పేటెంట్ మంజూరు లేదా తిరస్కరణ: పేటెంట్ కార్యాలయం మీ ఆవిష్కరణకు పేటెంట్ మంజూరు చేస్తుందో లేదో నిర్ణయిస్తుంది.

పేటెంట్ దరఖాస్తును దాఖలు చేయడం

పేటెంట్ దరఖాస్తును దాఖలు చేయడానికి, మీరు పేటెంట్ కార్యాలయానికి దరఖాస్తును పంపాలి. దరఖాస్తులో కింది అంశాలు ఉండాలి:

- దరఖాస్తుదారు యొక్క పేరు మరియు వివరాలు
- ఆవిష్కరణ యొక్క పేరు మరియు వివరణ
- ఆవిష్కరణ యొక్క చిత్రాలు లేదా ఇతర దృశ్యమాన ప్రాతినిధ్యాలు
- ఆవిష్కరణ యొక్క ప్రయోజనాలు

పేటెంట్ దరఖాస్తును దాఖలు చేయడానికి, మీరు పేటెంట్ ఫీజు చెల్లించాలి. ఫీజు మీ ఆవిష్కరణ యొక్క రకాన్ని బట్టి మారుతుంది.

పేటెంట్ పరిశీలన

పేటెంట్ కార్యాలయం మీ దరఖాస్తును పరిశీలించడానికి సాధారణంగా 12 నుండి 18 నెలలు పడుతుంది.

రక్షించబడినదాన్ని నిర్వచించడంలో పేటెంట్ దావాల పాత్ర

పరిచయం

పేటెంట్లు అనేవి ఒక రకమైన ఆస్తి హక్కు, ఇది రూపకర్తకు వారి కొత్త ఆవిష్కరణను నిర్దిష్ట కాల వ్యవధిలో ప్రపంచవ్యాప్తంగా ఏకస్వామ్యంగా ఉపయోగించే హక్కును ఇస్తుంది. పేటెంట్ లను పొందడానికి, ఆవిష్కరణ కొన్ని నిర్దిష్ట అవసరాలను తీర్చాలి, వీటిలో నవీనత, ఉపయోగకరత్వం మరియు స్పష్టత లేనితనం ఉన్నాయి.

పేటెంట్ దావాలు అనేవి పేటెంట్ హక్కుల ఉల్లంఘన కోసం దాఖలైన న్యాయవాదాలు. పేటెంట్ దావాల ఫలితాలు రక్షించబడినదాన్ని నిర్వచించడంలో ముఖ్యమైన పాత్ర పోషిస్తాయి.

రక్షించబడినదాన్ని నిర్వచించడం

పేటెంట్ హక్కుల ఉల్లంఘనను నిర్ణయించడానికి, న్యాయమూర్తి ఈ క్రింది అంశాలను పరిగణించాలి:

- పేటెంట్ యొక్క ప్రాథమిక సూత్రం ఏమిటి?
- ఉల్లంఘనదారుడు పేటెంట్ యొక్క ప్రాథమిక సూత్రాన్ని ఉపయోగించారా?
- ఉల్లంఘనదారుడు పేటెంట్ యొక్క ప్రాథమిక సూత్రాన్ని ఉపయోగించి ఉత్పత్తిని లేదా ప్రక్రియను సృష్టించారా?

పేటెంట్ దావాలలో, న్యాయమూర్తి ఈ అంశాలను పరిగణనలోకి తీసుకోవడానికి పేటెంట్ యొక్క వివరణను విశ్లేషిస్తాడు. పేటెంట్ యొక్క వివరణ స్పష్టంగా మరియు సంక్షిప్తంగా ఉండాలి, తద్వారా ఇతరులు దానిని అర్థం చేసుకోవడానికి మరియు పునరుత్పత్తి చేయడానికి సులభం.

పేటెంట్ దావాల యొక్క ప్రభావం

పేటెంట్ దావాల ఫలితాలు రక్షించబడినదాన్ని నిర్వచించడంలో ముఖ్యమైన పాత్ర పోషిస్తాయి. ఉదాహరణకు, ఒక పేటెంట్ దావాలో, న్యాయమూర్తి నిర్ణయిస్తే, పేటెంట్ యొక్క ప్రాథమిక సూత్రాన్ని ఉపయోగించి ఉత్పత్తిని లేదా ప్రక్రియను సృష్టించిన ఉల్లంఘనదారుడు, ఆ ఉత్పత్తి లేదా ప్రక్రియను విక్రయించడం లేదా ఉపయోగించడం ఆపకపోతే, పేటెంట్ యజమాని వారికి వ్యతిరేకంగా నష్టపరిహారం కోసం దావా వేయవచ్చు.

పేటెంట్ దావాల యొక్క ప్రభావం చాలా విస్తృతంగా ఉంటుంది. ఒక పేటెంట్ దావా విజయవంతమైతే, అది పేటెంట్ యొక్క రక్షణ పరిధిని విస్తరించవచ్చు.

సాఫ్ట్‌వేర్ పేటెంట్ దరఖాస్తులలో సాధారణ సవాళ్లు మరియు ఇబ్బందులు

సాఫ్ట్‌వేర్ పేటెంట్లు అనేవి కొత్త మరియు ఆవిష్కరణాత్మక సాఫ్ట్‌వేర్ ఉత్పత్తులు లేదా ప్రక్రియలకు ఇవ్వబడే ఒక రకమైన మేధోసంపత్తి హక్కు. అవి సాఫ్ట్‌వేర్ రూపకల్పన, ఆర్కిటెక్చర్, ఇంజనీరింగ్, మరియు అల్గారిథంలను రక్షించడానికి ఉపయోగించవచ్చు.

సాఫ్ట్‌వేర్ పేటెంట్లను పొందడం చాలా కష్టం, ఎందుకంటే సాఫ్ట్‌వేర్ అనేది సాధారణంగా ఆవిష్కరణాత్మకత లేదా సృజనాత్మకత యొక్క ఒక కొత్త స్థాయిని సూచించదు. అయితే, కొన్ని సందర్భాల్లో, సాఫ్ట్‌వేర్ పేటెంట్లను పొందవచ్చు.

సాఫ్ట్‌వేర్ పేటెంట్ దరఖాస్తులలో సాధారణంగా కనిపించే కొన్ని సవాళ్లు మరియు ఇబ్బందులు ఇక్కడ ఉన్నాయి:

- సాఫ్ట్‌వేర్ యొక్క ఆవిష్కరణాత్మకతను నిరూపించడం కష్టం: సాఫ్ట్‌వేర్ అనేది సాధారణంగా ఆవిష్కరణాత్మకత లేదా సృజనాత్మకత యొక్క ఒక కొత్త స్థాయిని సూచించదు. అందువల్ల, సాఫ్ట్‌వేర్ పేటెంట్ దరఖాస్తుదారులు తమ ఆవిష్కరణ కొత్తది మరియు ఆవిష్కరణాత్మకమైనదని నిరూపించడానికి ఒక బలమైన దృష్టాంతాన్ని అందించాలి.
- సాఫ్ట్‌వేర్ యొక్క సాంకేతికతను వివరించడం కష్టం: సాఫ్ట్‌వేర్ ఒక సాంకేతిక పరిజ్ఞానం, మరియు దానిని సరైన మరియు స్పష్టమైన రీతిలో వివరించడం కష్టం కావచ్చు. సాఫ్ట్‌వేర్ పేటెంట్ దరఖాస్తుదారులు తమ ఆవిష్కరణను సరిగ్గా మరియు పూర్తిగా వివరించడానికి ఒక బలమైన పేటెంట్

దరఖాస్తును రూపొందించడంలో సహాయపడే పేటెంట్ల నిపుణుడి సహాయం తీసుకోవడం మంచిది.

- సాఫ్ట్‌వేర్ యొక్క కొత్త ప్రయోజనాన్ని నిరూపించడం కష్టం: సాఫ్ట్‌వేర్ పేటెంట్లు కొత్త మరియు ఆవిష్కరణాత్మక ప్రయోజనాన్ని అందించాలి. సాఫ్ట్‌వేర్ పేటెంట్ దరఖాస్తుదారులు తమ ఆవిష్కరణ కొత్తదని మరియు ప్రస్తుతం ఉన్న సాఫ్ట్‌వేర్ల కంటే మెరుగైనదని నిరూపించడానికి ఒక బలమైన దృష్టాంతాన్ని అందించాలి.

Chapter 3: Evaluating Your Software Idea for Patentability

అధ్యాయం 3: పేటెంట్ పొందే అర్హత కోసం మీ సాఫ్ట్‌వేర్ ఆలోచనను అంచనా వేయడం

మీ సాఫ్ట్‌వేర్ యొక్క ప్రత్యేకమైన మరియు ఆవిష్కరణాత్మక అంశాలను గుర్తించడం

సాఫ్ట్‌వేర్ పేటెంట్‌లను పొందడానికి, మీరు మీ ఆవిష్కరణ కొత్తది మరియు ఆవిష్కరణాత్మకమైనదని నిరూపించాలి. దీన్ని చేయడానికి, మీరు మీ సాఫ్ట్‌వేర్ యొక్క ప్రత్యేకమైన మరియు ఆవిష్కరణాత్మక అంశాలను గుర్తించాలి.

మీ సాఫ్ట్‌వేర్ యొక్క ప్రత్యేకమైన మరియు ఆవిష్కరణాత్మక అంశాలను గుర్తించడానికి, మీరు క్రింది అంశాలను పరిగణించాలి:

- మీ సాఫ్ట్‌వేర్ యొక్క లక్షణాలు మరియు ప్రయోజనాలు: మీ సాఫ్ట్‌వేర్ ఇతర సాఫ్ట్‌వేర్‌ల నుండి ఎలా భిన్నంగా ఉంటుంది? ఇది ఏ కొత్త లక్షణాలను లేదా ప్రయోజనాలను అందిస్తుంది?
- మీ సాఫ్ట్‌వేర్ యొక్క అల్గారిథంలు మరియు సాంకేతికతలు: మీ సాఫ్ట్‌వేర్ యొక్క అల్గారిథంలు లేదా సాంకేతికతలు ఇతర సాఫ్ట్‌వేర్‌లలో కనిపించనివిగా ఉన్నాయా?

- మీ సాఫ్ట్‌వేర్ యొక్క అమలు: మీ సాఫ్ట్‌వేర్ ఎలా అమలు చేయబడుతుంది? ఇది ఇతర సాఫ్ట్‌వేర్ల నుండి ఎలా భిన్నంగా ఉంటుంది?

మీ సాఫ్ట్‌వేర్ యొక్క ప్రత్యేకమైన మరియు ఆవిష్కరణాత్మక అంశాలను గుర్తించడంలో మీకు సహాయపడటానికి, మీరు క్రింది ప్రశ్నలను అడగవచ్చు:

- నా సాఫ్ట్‌వేర్ యొక్క ఏ లక్షణాలు లేదా ప్రయోజనాలు ఇతర సాఫ్ట్‌వేర్లలో కనిపించవు?
- నా సాఫ్ట్‌వేర్ యొక్క అల్గారిథంలు లేదా సాంకేతికతలు ఇతర సాఫ్ట్‌వేర్లలో ఉపయోగించబడ్డాయా?
- నా సాఫ్ట్‌వేర్ ఎలా అమలు చేయబడుతుంది? ఇది ఇతర సాఫ్ట్‌వేర్ల నుండి ఎలా భిన్నంగా ఉంటుంది?

మీ సాఫ్ట్‌వేర్ యొక్క ప్రత్యేకమైన మరియు ఆవిష్కరణాత్మక అంశాలను గుర్తించడం కష్టంగా ఉండవచ్చు, కానీ ఇది సాఫ్ట్‌వేర్ పేటెంట్‌ను పొందడానికి చాలా ముఖ్యం. మీరు మీ ఆవిష్కరణను మీ పేటెంట్ దరఖాస్తులో స్పష్టంగా మరియు సంక్షిప్తంగా వివరించగలిగితే, మీరు మీ పేటెంట్ అభ్యర్థనను విజయవంతం చేయడానికి మంచి అవకాశం ఉంది.

పూర్వ కళా పరిశోధన నిర్వహించడం: పరిశోధన మరియు అభివృద్ధి ప్రక్రియలో ముఖ్యమైన భాగం

పరిశోధన మరియు అభివృద్ధి (R&D) ప్రక్రియలో పూర్వ కళా పరిశోధన ఒక ముఖ్యమైన భాగం. ఇది ఒక రూపకర్త లేదా వ్యాపారం ఇప్పటికే ఉన్న ఆవిష్కరణలను అర్థం చేసుకోవడానికి మరియు వారి స్వంత ఆవిష్కరణలను రూపొందించడానికి ఉపయోగిస్తుంది.

పూర్వ కళా పరిశోధన అనేది ఇప్పటికే ఉన్న పేటెంట్లు మరియు ఆవిష్కరణలను సమీక్షించడం. ఇది క్రింది అంశాలను పరిగణనలోకి తీసుకుంటుంది:

- ఆవిష్కరణ యొక్క ప్రాథమిక సూత్రం ఏమిటి?
- ఆవిష్కరణ ఎలా పని చేస్తుంది?
- ఆవిష్కరణకు ఏవైనా పరిమితులు ఉన్నాయా?

పూర్వ కళా పరిశోధన యొక్క ప్రయోజనాలు:

- ఇది రూపకర్తలకు వారి ఆవిష్కరణలు నూతనమైనవని మరియు ఇప్పటికే ఉన్న ఆవిష్కరణలను ఉల్లంఘించవని నిర్ధారించడంలో సహాయపడుతుంది.
- ఇది రూపకర్తలకు వారి పోటీదారుల యొక్క పనిని అర్థం చేసుకోవడంలో సహాయపడుతుంది.
- ఇది రూపకర్తలకు వారి ఆవిష్కరణలకు కొత్త అనువర్తనాలను కనుగొనడంలో సహాయపడుతుంది.

పూర్వ కళా పరిశోధనను నిర్వహించడానికి కొన్ని మార్గాలు:

- పేటెంట్ డేటాబేస్‌లను శోధించండి. ప్రపంచవ్యాప్తంగా ఉన్న పేటెంట్ డేటాబేస్‌లు అందుబాటులో ఉన్నాయి, ఇవి పరిశోధకులకు ఇప్పటికే ఉన్న పేటెంట్లను కనుగొనడంలో సహాయపడతాయి.

- సమాచార సమావేశాలు మరియు సమావేశాలకు హాజరవ్వండి. ఈ కార్యక్రమాలు ఇప్పటికీ ఉన్న ఆవిష్కరణల గురించి తెలుసుకోవడానికి మరియు ఇతర పరిశోధకులతో నెట్‌వర్క్ చేయడానికి గొప్ప మార్గాలు.

- సహకార పరిశోధనలో పాల్గొనండి. ఇతర పరిశోధకులతో కలిసి పని చేయడం మీరు మరింత విస్తృతమైన పరిశోధనను నిర్వహించడంలో మరియు మరింత సమాచారాన్ని సేకరించడంలో సహాయపడుతుంది.

పూర్వ కళా పరిశోధన అనేది R&D ప్రక్రియలో ఒక ముఖ్యమైన భాగం. ఇది రూపకర్తలకు వారి ఆవిష్కరణలు నూతనమైనవి మరియు వారి పోటీదారుల నుండి రక్షించబడినవని నిర్ధారించడంలో సహాయపడుతుంది.

మీ పేటెంట్ పొందే హక్కు దావా యొక్క బలాన్ని అంచనా వేయడం

పేటెంట్ పొందే హక్కు దావా యొక్క బలాన్ని అంచనా వేయడం చాలా ముఖ్యం. మీ దావా బలంగా ఉంటే, మీరు మీ పేటెంట్ అభ్యర్థనను విజయవంతం చేయడానికి మంచి అవకాశం ఉంది.

పేటెంట్ పొందే హక్కు దావా యొక్క బలాన్ని అంచనా వేయడానికి, మీరు క్రింది అంశాలను పరిగణించాలి:

- మీ ఆవిష్కరణ కొత్తది మరియు ఆవిష్కరణాత్మకమైనదా?
- మీ ఆవిష్కరణ స్పష్టంగా మరియు సంక్షిప్తంగా వివరించబడగలదా?
- మీ ఆవిష్కరణకు ప్రయోజనం ఉందా?
- మీ ఆవిష్కరణ ఇతర పేటెంట్లచే కప్పబడింది లేదా అధిగమించబడింది?

మీ ఆవిష్కరణ కొత్తది మరియు ఆవిష్కరణాత్మకమైనదని నిరూపించడం చాలా ముఖ్యం. మీ ఆవిష్కరణ ఇతర పేటెంట్ లచే కప్పబడి లేదా అధిగమించబడిందని నిరూపించబడితే, మీకు పేటెంట్ పొందే హక్కు ఉండదు.

మీ ఆవిష్కరణ కొత్తది మరియు ఆవిష్కరణాత్మకమైనదని నిరూపించడానికి, మీరు క్రింది అంశాలను పరిగణించాలి:

- మీ ఆవిష్కరణ ఇతర పేటెంట్లలో కనిపించని కొత్త లక్షణాలు లేదా ప్రయోజనాలను అందిస్తుందా?

- మీ ఆవిష్కరణ ఇతర పేటెంట్లలో కనిపించే లక్షణాలను కలిగి ఉంటే, అవి ఎలా భిన్నంగా ఉంటాయి?

మీ ఆవిష్కరణ స్పష్టంగా మరియు సంక్షిప్తంగా వివరించబడగలదని నిర్ధారించుకోవడం కూడా ముఖ్యం. మీ దరఖాస్తులో మీ ఆవిష్కరణను స్పష్టంగా మరియు సంక్షిప్తంగా వివరించలేకపోతే, పేటెంట్ కార్యాలయం దానిని అర్థం చేసుకోలేకపోవచ్చు మరియు దానిని తిరస్కరించవచ్చు.

మీ ఆవిష్కరణకు ప్రయోజనం ఉందని నిర్ధారించుకోవడం కూడా ముఖ్యం. మీ ఆవిష్కరణకు ప్రయోజనం ఉంటే, అది పేటెంట్ కార్యాలయానికి మరింత ఆసక్తికరంగా ఉంటుంది.

మీ ఆవిష్కరణ ఇతర పేటెంట్లచే కప్పబడి లేదా అధిగమించబడిందని నిర్ధారించుకోవడానికి, మీరు మీ దరఖాస్తును దాఖలు చేయడానికి ముందు పేటెంట్ శోధన చేయడం ముఖ్యం.

సమాచన నిర్ణయాలు తీసుకోవడం: పేటెంట్ vs ఇతర IP రక్షణ వ్యూహాలు

పరిచయం

సృజనాత్మకత మరియు ఆవిష్కరణలకు రక్షణ అందించడానికి భౌగోళిక గుర్తింపు, కాపీరైట్, పేటెంట్లు మరియు వాణిజ్య రహస్యాలు వంటి అనేక రకాలైన భౌగోళిక గుర్తింపు ఉన్నాయి. ఈ రక్షణ వ్యూహాలను ఎంచుకోవడం ఒక సవాలు, ఎందుకంటే ప్రతి దానికి దాని స్వంత ప్రయోజనాలు మరియు అప్రయోజనాలు ఉన్నాయి.

పేటెంట్లు

పేటెంట్ అనేది ఒక ప్రభుత్వం ఇచ్చే ఒక రకమైన ఆస్తి హక్కు, ఇది రూపకర్తకు వారి కొత్త ఆవిష్కరణను నిర్దిష్ట కాల వ్యవధిలో ప్రపంచవ్యాప్తంగా ఏకస్వామ్యంగా ఉపయోగించే హక్కును ఇస్తుంది. పేటెంట్లను పొందడానికి, ఆవిష్కరణ కొన్ని నిర్దిష్ట అవసరాలను తీర్చాలి, వీటిలో నవీనత, ఉపయోగకరత్వం మరియు స్పష్టత లేనితనం ఉన్నాయి.

పేటెంట్ల యొక్క ప్రయోజనాలు:

- రక్షణ: పేటెంట్లు రూపకర్తలకు వారి ఆవిష్కరణలను పోటీదారుల నుండి రక్షించడంలో సహాయపడతాయి.
- లాభాలు: పేటెంట్లు రూపకర్తలకు వారి ఆవిష్కరణల నుండి ఆర్థిక లాభాలు పొందడంలో సహాయపడతాయి.

- ప్రతిష్ఠ: పేటెంట్‌లు రూపకర్తలకు ప్రతిష్ఠను తెచ్చిపెడుతాయి మరియు వారి వ్యాపారాలను మరింత విజయవంతంగా చేయడంలో సహాయపడతాయి.

పేటెంట్‌ల యొక్క అప్రయోజనాలు:

- ఖరీదైనది: పేటెంట్‌లను పొందడం ఖరీదైన ప్రక్రియ.
- సమయం తీసుకుంటుంది: పేటెంట్‌లకు అనుమతి పొందడానికి సంవత్సరాల సమయం పట్టవచ్చు.
- పరిమిత రక్షణ: పేటెంట్‌లు సాధారణంగా 20 సంవత్సరాల కాల వ్యవధిలో మాత్రమే రక్షణను అందిస్తాయి.

ఇతర IP రక్షణ వ్యూహాలు

పేటెంట్‌లతో పాటు, ఇతర అనేక రకాలైన IP రక్షణ వ్యూహాలు అందుబాటులో ఉన్నాయి. వీటిలో భాగంగా:

- కాపీరైట్: కాపీరైట్ అనేది ఒక రకమైన ఆస్తి హక్కు, ఇది రచయితకు వారి సృజనాత్మక పనిని కాపీ చేయడం లేదా వ్యాపరపరంగా ఉపయోగించడం నుండి ఇతరులను నిరోధించే హక్కును ఇస్తుంది.

ఖర్చు, సమయం మరియు చట్టపరమైన వనరుల పరిశీలనలు

పేటెంట్ దరఖాస్తు ప్రక్రియ ఖరీదైనది మరియు సమయం తీసుకునేది కావచ్చు. మీరు పేటెంట్ దరఖాస్తును దాఖలు చేయడానికి ముందు, ఖర్చు, సమయం మరియు చట్టపరమైన వనరుల అవసరాలను పరిగణించడం ముఖ్యం.

ఖర్చు

పేటెంట్ దరఖాస్తు ఖర్చు మీ ఆవిష్కరణ యొక్క సంక్లిష్టత మరియు దరఖాస్తుదారు యొక్క స్థానంపై ఆధారపడి ఉంటుంది. సాధారణంగా, పేటెంట్ దరఖాస్తు ఖర్చులో కింది అంశాలు ఉన్నాయి:

- పేటెంట్ ఫీజులు: పేటెంట్ కార్యాలయానికి చెల్లించవలసిన ఫీజులు.
- పేటెంట్ శోధన ఫీజులు: మీ ఆవిష్కరణ ఇతర పేటెంట్లచే కప్పబడి లేదా అధిగమించబడిందని నిర్ధారించడానికి మీరు చేయగల పేటెంట్ శోధనకు చెల్లించవలసిన ఫీజులు.
- పేటెంట్ దరఖాస్తు ఫీజులు: మీ పేటెంట్ దరఖాస్తును రూపొందించడానికి మరియు దాఖలు చేయడానికి చెల్లించవలసిన ఫీజులు.
- వకీలు లేదా ఇతర చట్టపరమైన సలహాదారుల ఫీజులు: మీ పేటెంట్ దరఖాస్తును నిర్వహించడానికి మీరు చెల్లించవలసిన ఫీజులు.

సమయం

పేటెంట్ దరఖాస్తు ప్రక్రియ పూర్తి చేయడానికి సాధారణంగా 2 నుండి 5 సంవత్సరాలు పడుతుంది. ప్రక్రియలోని వివిధ దశలలో పేటెంట్ కార్యాలయం మీ దరఖాస్తును పరిశీలించడానికి మరియు ఏవైనా సవరణలు అవసరమైతే వాటిని అభ్యర్థించడానికి సమయం తీసుకుంటుంది.

చట్టపరమైన వనరులు

పేటెంట్ దరఖాస్తు ప్రక్రియ సమక్షంలో, మీరు చట్టపరమైన సలహాదారు యొక్క సహాయం తీసుకోవడం పరిగణించవచ్చు. చట్టపరమైన సలహాదారు మీకు మీ ఆవిష్కరణను పేటెంట్ చేయడానికి అవసరమైన చట్టపరమైన అవసరాలను అర్థం చేసుకోవడంలో మరియు మీ దరఖాస్తును విజయవంతంగా పూర్తి చేయడంలో సహాయపడతాడు.

Chapter 4: Drafting a Software Patent Application (Simplified)

అధ్యాయం 4: సాఫ్ట్‌వేర్ పేటెంట్ దరఖాస్తును రూపొందించడం (సరళీకృతం)

పేటెంట్ దరఖాస్తు యొక్క భాగాలను అర్థం చేసుకోవడం: వెల్లడి, దావాలు మరియు డ్రాయింగ్‌లు

పేటెంట్ దరఖాస్తు యొక్క మూడు ప్రధాన భాగాలు వెల్లడి, దావాలు మరియు డ్రాయింగ్‌లు. ఈ భాగాలు కలిసి మీ ఆవిష్కరణను పేటెంట్ కార్యాలయానికి స్పష్టంగా మరియు సంక్షిప్తంగా వివరిస్తాయి.

వెల్లడి

వెల్లడి అనేది మీ ఆవిష్కరణ యొక్క వివరణాత్మక వివరణ. ఇది మీ ఆవిష్కరణ యొక్క ప్రతి అంశాన్ని మరియు ఎలా పని చేస్తుందో వివరిస్తుంది. వెల్లడిలో సాధారణంగా కింది అంశాలు ఉంటాయి:

- ఆవిష్కరణ యొక్క పేరు
- ఆవిష్కరణ యొక్క సాధారణ వివరణ
- ఆవిష్కరణ యొక్క వివరణాత్మక వివరణ
- ఆవిష్కరణ యొక్క ఉదాహరణలు

దావాలు

దావాలు అనేవి మీ ఆవిష్కరణకు మీకు పేటెంట్ హక్కు ఉందని ప్రకటించే ప్రకటనలు. దావాలు మీ ఆవిష్కరణ యొక్క ప్రతి అంశం కొత్తది మరియు ఆవిష్కరణాత్మకమని నిర్ధారించడానికి ముఖ్యం. దావాల్లో సాధారణంగా కింది అంశాలు ఉంటాయి:

- ఆవిష్కరణ యొక్క ప్రాథమిక లక్షణాలు
- ఆవిష్కరణ యొక్క సాధారణ పరికల్పన
- ఆవిష్కరణ యొక్క పద్ధతి లేదా ప్రక్రియ

డ్రాయింగ్‌లు

డ్రాయింగ్‌లు మీ ఆవిష్కరణను చిత్రీకరించడానికి ఉపయోగించే గ్రాఫికల్ ప్రతినిధులు. డ్రాయింగ్‌లు మీ ఆవిష్కరణను మరింత స్పష్టంగా మరియు సులభంగా అర్థం చేసుకోవడానికి సహాయపడతాయి. డ్రాయింగ్‌లలో సాధారణంగా కింది అంశాలు ఉంటాయి:

- ఆవిష్కరణ యొక్క సాధారణ దృశ్యమాన చిత్రం
- ఆవిష్కరణ యొక్క వివరణాత్మక చిత్రాలు
- ఆవిష్కరణ యొక్క వివరణాత్మక పరిమాణాలు మరియు కోణాలు

వెల్లడి, దావాలు మరియు డ్రాయింగ్‌ల యొక్క ప్రాముఖ్యత

పేటెంట్ దరఖాస్తు యొక్క ఈ మూడు భాగాలు కలిసి మీ ఆవిష్కరణను పేటెంట్ కార్యాలయానికి స్పష్టంగా మరియు

సంక్షిప్తంగా వివరిస్తాయి. మీరు ఈ భాగాలను సమగ్రంగా మరియు ఖచ్చితంగా పూర్తి చేయడం ద్వారా, మీ పేటెంట్ అభ్యర్థనను విజయవంతంగా పూర్తి చేసుకోవడానికి మీకు మంచి అవకాశం ఉంది.

స్పష్టమైన మరియు సంక్షిప్తమైన దావాలను రాయడం: మీ ఆవిష్కరణ యొక్క పరిధిని నిర్వచించడం

పేటెంట్ దరఖాస్తు యొక్క ఒక ముఖ్యమైన భాగం దావాలు. దావాలు మీ ఆవిష్కరణకు మీకు పేటెంట్ హక్కు ఉందని ప్రకటించే ప్రకటనలు. మీ దావాలు స్పష్టంగా మరియు సంక్షిప్తంగా ఉంటే, అవి పేటెంట్ కార్యాలయానికి మీ ఆవిష్కరణను అర్థం చేసుకోవడంలో సహాయపడతాయి మరియు మీ పేటెంట్ అభ్యర్థనను విజయవంతంగా పూర్తి చేయడానికి మీ అవకాశాలను పెంచుతాయి.

స్పష్టమైన దావాలు

స్పష్టమైన దావాలు ఈ క్రింది లక్షణాలను కలిగి ఉంటాయి:

- ఖచ్చితమైన: దావాలు మీ ఆవిష్కరణ యొక్క అన్ని అవసరమైన అంశాలను కలిగి ఉండాలి.
- సంక్షిప్తమైన: దావాలు సంక్షిప్తంగా మరియు సరళంగా ఉండాలి.
- సమగ్రమైన: దావాలు మీ ఆవిష్కరణ యొక్క పరిధిని పూర్తిగా కవర్ చేయాలి.

సంక్షిప్తమైన దావాలు

సంక్షిప్తమైన దావాలు ఈ క్రింది లక్షణాలను కలిగి ఉంటాయి:

- స్పష్టమైన: దావాలు స్పష్టంగా మరియు సంక్షిప్తంగా ఉండాలి.
- సమగ్రమైన: దావాలు మీ ఆవిష్కరణ యొక్క పరిధిని పూర్తిగా కవర్ చేయాలి.

మీ ఆవిష్కరణ యొక్క పరిధిని నిర్వచించడం

దావాలు మీ ఆవిష్కరణ యొక్క పరిధిని నిర్వచించడంలో సహాయపడతాయి. మీ దావాలు స్పష్టంగా మరియు సంక్షిప్తంగా ఉంటే, అవి పేటెంట్ కార్యాలయానికి మీ ఆవిష్కరణ యొక్క పరిమితులను అర్థం చేసుకోవడంలో సహాయపడతాయి.

దావాలను రూపొందించడానికి చిట్కాలు

- మీ ఆవిష్కరణను శ్రద్ధగా పరిశోధించండి. మీ ఆవిష్కరణ యొక్క అన్ని అవసరమైన అంశాలను మీరు అర్థం చేసుకోవాలి.
- పేటెంట్ శోధన చేయండి. ఇతర పేటెంట్లను అర్థం చేసుకోవడం మీ ఆవిష్కరణను భిన్నంగా చేయడం ఏమిటో మీకు తెలుసుకోవడంలో సహాయపడుతుంది.
- పేటెంట్ అభ్యర్థన యొక్క దావాల శైలిని అర్థం చేసుకోండి. దావాలు సాధారణంగా ఒక నిర్దిష్ట ఫార్మాట్‌లో ఉంటాయి.
- మీ దావాలను పేటెంట్ల నిపుణుడితో సమీక్షించండి.

వెల్లడిని రూపొందించడం: మీ ఆవిష్కరణను వివరంగా వివరించడం

పేటెంట్ దరఖాస్తు యొక్క ఒక ముఖ్యమైన భాగం వెల్లడి. వెల్లడి అనేది మీ ఆవిష్కరణ యొక్క వివరణాత్మక వివరణ. ఇది మీ ఆవిష్కరణ యొక్క ప్రతి అంశాన్ని మరియు ఎలా పని చేస్తుందో వివరిస్తుంది. వెల్లడిని సమగ్రంగా మరియు ఖచ్చితంగా రూపొందించడం ద్వారా, మీరు మీ పేటెంట్ అభ్యర్థనను విజయవంతంగా పూర్తి చేయడానికి మీ అవకాశాలను పెంచుకోవచ్చు.

వెల్లడి యొక్క ప్రాముఖ్యత

వెల్లడి మీ ఆవిష్కరణ యొక్క పేటెంట్ యొక్క స్థాపనకు ముఖ్యమైనది. వెల్లడిలో మీ ఆవిష్కరణ యొక్క ప్రతి అంశాన్ని స్పష్టంగా మరియు సంక్షిప్తంగా వివరించడం ద్వారా, మీరు మీ ఆవిష్కరణను ఇతర పేటెంట్ల నుండి వేరు చేయగలరు.

వెల్లడి యొక్క అంశాలు

వెల్లడి సాధారణంగా కింది అంశాలను కలిగి ఉంటుంది:

- ఆవిష్కరణ యొక్క పేరు: వెల్లడి యొక్క ప్రారంభంలో, మీరు మీ ఆవిష్కరణకు ఒక పేరును ఇవ్వాలి.
- ఆవిష్కరణ యొక్క సాధారణ వివరణ: ఆవిష్కరణ యొక్క సాధారణ వివరణలో, మీరు ఆవిష్కరణ యొక్క ప్రాథమిక లక్షణాలను వివరించాలి.

- ఆవిష్కరణ యొక్క వివరణాత్మక వివరణ: ఆవిష్కరణ యొక్క వివరణాత్మక వివరణలో, మీరు ఆవిష్కరణ యొక్క ప్రతి అంశాన్ని మరియు ఎలా పని చేస్తుందో వివరించాలి.

- ఆవిష్కరణ యొక్క ఉదాహరణలు: ఆవిష్కరణ యొక్క ఉదాహరణలలో, మీరు ఆవిష్కరణను ఎలా ఉపయోగించవచ్చో మరియు దాని ప్రయోజనాలను వివరించాలి.

వెల్లడిని రూపొందించడానికి చిట్కాలు

- మీ ఆవిష్కరణను శ్రద్ధగా పరిశోధించండి. మీ ఆవిష్కరణ యొక్క అన్ని అవసరమైన అంశాలను మీరు అర్థం చేసుకోవాలి.

- పేటెంట్ శోధన చేయండి. ఇతర పేటెంట్లను అర్థం చేసుకోవడం మీ ఆవిష్కరణను ఇతర పేటెంట్ల నుండి వేరు చేయడం ఏమిటో మీకు తెలుసుకోవడంలో సహాయపడుతుంది.

- పేటెంట్ అభ్యర్థన యొక్క వెల్లడి యొక్క శైలిని అర్థం చేసుకోండి. వెల్లడి సాధారణంగా ఒక నిర్దిష్ట ఫార్మాట్లో ఉంటుంది.

సహాయక పదార్థాలను సిద్ధం చేయడం: డ్రాయింగ్లు, ఫ్లోచార్ట్లు మరియు సాంకేతిక స్పెసిఫికేషన్లు

పేటెంట్ దరఖాస్తు యొక్క ఒక ముఖ్యమైన భాగం సహాయక పదార్థాలు. సహాయక పదార్థాలు మీ ఆవిష్కరణను మరింత స్పష్టంగా మరియు సమగ్రంగా వివరించడానికి సహాయపడతాయి.

డ్రాయింగ్లు

డ్రాయింగ్లు మీ ఆవిష్కరణను చిత్రీకరించడానికి ఉపయోగించే గ్రాఫికల్ ప్రతినిధులు. డ్రాయింగ్లు మీ ఆవిష్కరణను మరింత స్పష్టంగా మరియు సులభంగా అర్థం చేసుకోవడానికి సహాయపడతాయి.

ఫ్లోచార్ట్లు

ఫ్లోచార్ట్లు మీ ఆవిష్కరణ ఎలా పని చేస్తుందో వివరించడానికి ఉపయోగించే గ్రాఫికల్ ప్రతినిధులు. ఫ్లోచార్ట్లు మీ ఆవిష్కరణ యొక్క ప్రక్రియను అర్థం చేసుకోవడానికి సులభతరం చేస్తాయి.

సాంకేతిక స్పెసిఫికేషన్లు

సాంకేతిక స్పెసిఫికేషన్లు మీ ఆవిష్కరణ యొక్క వివరణాత్మక లక్షణాలను మరియు పరిమాణాలను పేర్కొనడానికి ఉపయోగించే టెక్స్ట్ ప్రతినిధులు. సాంకేతిక స్పెసిఫికేషన్లు మీ ఆవిష్కరణను ఖచ్చితంగా మరియు సంక్షిప్తంగా వివరించడంలో సహాయపడతాయి.

సహాయక పదార్థాల ప్రాముఖ్యత

సహాయక పదార్థాలు మీ పేటెంట్ అభ్యర్థనను విజయవంతంగా పూర్తి చేయడంలో సహాయపడతాయి. అవి పేటెంట్ కార్యాలయానికి మీ ఆవిష్కరణను అర్థం చేసుకోవడంలో సహాయపడతాయి మరియు మీ ఆవిష్కరణ యొక్క పేటెంట్ యొక్క స్థాపనను బలపరుస్తాయి.

సహాయక పదార్థాలను రూపొందించడానికి చిట్కాలు

- మీ ఆవిష్కరణను శ్రద్ధగా పరిశోధించండి. మీ ఆవిష్కరణ యొక్క అన్ని అవసరమైన అంశాలను మీరు అర్థం చేసుకోవాలి.
- పేటెంట్ శోధన చేయండి. ఇతర పేటెంట్లను అర్థం చేసుకోవడం మీ ఆవిష్కరణను ఇతర పేటెంట్ల నుండి వేరు చేయడం ఏమిటో మీకు తెలుసుకోవడంలో సహాయపడుతుంది.
- పేటెంట్ అభ్యర్థన యొక్క సహాయక పదార్థాల శైలిని అర్థం చేసుకోండి. సహాయక పదార్థాలు సాధారణంగా ఒక నిర్దిష్ట ఫార్మాట్‌లో ఉంటాయి.

మీ ఆవిష్కరణను పేటెంట్ కార్యాలయానికి సమర్థవంతంగా తెలియజేయడానికి చిట్కాలు

మీ ఆవిష్కరణను పేటెంట్ కార్యాలయానికి సమర్థవంతంగా తెలియజేయడం చాలా ముఖ్యం. మీ దరఖాస్తు ఖచ్చితంగా మరియు సంక్షిప్తంగా ఉంటే, పేటెంట్ కార్యాలయం మీ ఆవిష్కరణను అర్థం చేసుకోవడానికి మరియు దానిపై సరైన నిర్ణయం తీసుకోవడానికి సులభతరం చేస్తుంది.

మీ దరఖాస్తును ఖచ్చితంగా రూపొందించండి

మీ దరఖాస్తులోని అన్ని అంశాలు ఖచ్చితంగా మరియు పూర్తిగా ఉండాలి. మీ ఆవిష్కరణ యొక్క ప్రతి అంశాన్ని స్పష్టంగా మరియు సంక్షిప్తంగా వివరించండి. మీ దరఖాస్తులో ఏవైనా తప్పులు లేదా అస్పష్టతలు ఉంటే, పేటెంట్ కార్యాలయం మీ దరఖాస్తును తిరస్కరించవచ్చు.

మీ దరఖాస్తును సంక్షిప్తంగా ఉంచండి

పేటెంట్ కార్యాలయం చాలా దరఖాస్తులను పరిశీలిస్తుంది. అందువల్ల, మీ దరఖాస్తు సంక్షిప్తంగా మరియు స్పష్టంగా ఉండటం ముఖ్యం. మీ దరఖాస్తులో అవసరమైన అన్ని సమాచారాన్ని కలిగి ఉండేలా చూసుకోండి, కానీ అదనపు సమాచారాన్ని చేర్చవద్దు.

మీ దరఖాస్తును సరైన శైలిలో రూపొందించండి

పేటెంట్ దరఖాస్తులకు నిర్దిష్ట శైలి ఉంటుంది. మీ దరఖాస్తులోని అన్ని అంశాలు ఈ శైలిని అనుసరించాలి.

పేటెంట్ కార్యాలయం మీ దరఖాస్తును తిరస్కరించవచ్చు, అది సరైన శైలిలో లేకపోతే.

మీ దరఖాస్తును పేటెంట్ల నిపుణుడితో సమీక్షించండి

మీరు పేటెంట్ దరఖాస్తును స్వయంగా రూపొందించగలరు, కానీ మీరు పేటెంట్ల నిపుణుడితో సహాయం తీసుకోవడం చాలా మంచిది. పేటెంట్ నిపుణుడు మీ దరఖాస్తును ఖచ్చితంగా మరియు సమగ్రంగా ఉండేలా చూస్తారు.

మీ ఆవిష్కరణను వివరించడానికి స్పష్టమైన మరియు సంక్షిప్తమైన భాషను ఉపయోగించండి

మీ ఆవిష్కరణను వివరించడానికి స్పష్టమైన మరియు సంక్షిప్తమైన భాషను ఉపయోగించండి. పేటెంట్ కార్యాలయం యొక్క సాంకేతిక నిపుణులు మీ దరఖాస్తును పరిశీలిస్తారు, కానీ వారు మీ ఆవిష్కరణ యొక్క అన్ని అంశాలను అర్థం చేసుకోవడానికి నిపుణులు కాకపోవచ్చు.

Chapter 5: Navigating the Patent Application Process

అధ్యాయం 5: పేటెంట్ దరఖాస్తు ప్రక్రియను నావిగేట్ చేయడం

పేటెంట్ న్యాయవాది లేదా ఏజెంట్‌ను ఎంచుకోవడం: వృత్తిపరమైన మార్గదర్శకత్వం కోసం వెతుకుతున్నారు

మీరు ఒక కొత్త ఆవిష్కరణను కలిగి ఉన్నట్లయితే, మీ ఆవిష్కరణకు పేటెంట్ పొందడం గురించి మీరు ఆలోచించాలి. పేటెంట్ మీ ఆవిష్కరణను ఇతరుల నుండి రక్షించడానికి మీకు హక్కును ఇస్తుంది.

పేటెంట్ పొందడానికి, మీరు పేటెంట్ దరఖాస్తును సమర్పించాలి. పేటెంట్ దరఖాస్తు రూపొందించడం మరియు దానిని పేటెంట్ కార్యాలయానికి సమర్పించడం ఒక సంక్లిష్టమైన ప్రక్రియ. మీరు పేటెంట్ న్యాయవాది లేదా ఏజెంట్‌ను నియమించుకోవడం ద్వారా ఈ ప్రక్రియను సులభతరం చేయవచ్చు.

పేటెంట్ న్యాయవాది లేదా ఏజెంట్‌ను ఎంచుకోవడానికి మార్గదర్శకత్వం

పేటెంట్ న్యాయవాది లేదా ఏజెంట్‌ను ఎంచుకోవడానికి మీరు కొన్ని అంశాలను పరిగణించాలి.

- అనుభవం: పేటెంట్ న్యాయవాది లేదా ఏజెంట్‌కు పేటెంట్లలో అనుభవం ఉండాలి. వారు మీ ఆవిష్కరణకు సంబంధించిన రంగంలో అనుభవం కలిగి ఉండటం మంచిది.
- ప్రత్యేకత: పేటెంట్ న్యాయవాది లేదా ఏజెంట్‌కు మీ ఆవిష్కరణకు సంబంధించిన రంగంలో ప్రత్యేకత ఉండాలి. వారు మీ ఆవిష్కరణను పేటెంట్ చేయడానికి అవసరమైన జ్ఞానం మరియు నైపుణ్యాలను కలిగి ఉండాలి.
- కస్టమర్ సేవ: పేటెంట్ న్యాయవాది లేదా ఏజెంట్ మీకు మంచి కస్టమర్ సేవను అందించాలి. వారు మీ ప్రశ్నలకు సమాధానం ఇవ్వడానికి మరియు మీ ఆవిష్కరణకు సంబంధించిన ప్రక్రియలో మీకు మార్గదర్శనం ఇవ్వడానికి అందుబాటులో ఉండాలి.

పేటెంట్ న్యాయవాది లేదా ఏజెంట్‌ను ఎంచుకోవడానికి కొన్ని ప్రశ్నలు

మీరు పేటెంట్ న్యాయవాది లేదా ఏజెంట్‌ను ఎంచుకునే ముందు, మీరు వారికి కొన్ని ప్రశ్నలు అడగవచ్చు. ఈ ప్రశ్నలు మీకు వారి అనుభవం, ప్రత్యేకత మరియు కస్టమర్ సేవ గురించి తెలుసుకోవడంలో సహాయపడతాయి.

- మీకు ఎంత అనుభవం ఉంది?
- మీరు నా ఆవిష్కరణకు సంబంధించిన రంగంలో ప్రత్యేకత కలిగి ఉన్నారా?
- మీరు నా ఆవిష్కరణకు సంబంధించిన పేటెంట్లను పొందడానికి సహాయం చేశారా?
- **మీ కస్టమర్ సేవ ఏమిటి?

మీ పేటెంట్ దరఖాస్తును దాఖలు చేయడం: దేశీయ మరియు అంతర్జాతీయ ఎంపికలు

మీరు ఒక కొత్త ఆవిష్కరణను కలిగి ఉన్నట్లయితే, మీ ఆవిష్కరణకు పేటెంట్ పొందడం గురించి మీరు ఆలోచించాలి. పేటెంట్ మీ ఆవిష్కరణను ఇతరుల నుండి రక్షించడానికి మీకు హక్కును ఇస్తుంది.

పేటెంట్ పొందడానికి, మీరు పేటెంట్ దరఖాస్తును సమర్పించాలి. పేటెంట్ దరఖాస్తు రూపొందించడం మరియు దానిని పేటెంట్ కార్యాలయానికి సమర్పించడం ఒక సంక్లిష్టమైన ప్రక్రియ.

మీరు పేటెంట్ దరఖాస్తును దేశీయంగా లేదా అంతర్జాతీయంగా దాఖలు చేయవచ్చు.

దేశీయ పేటెంట్ దరఖాస్తు

దేశీయ పేటెంట్ దరఖాస్తును ఒక దేశంలోని పేటెంట్ కార్యాలయానికి సమర్పించబడుతుంది. దేశీయ పేటెంట్ దరఖాస్తుల కోసం, మీరు దేనికోసం దరఖాస్తు చేస్తున్నారో దేశంలోని పేటెంట్ చట్టాలను అర్థం చేసుకోవాలి.

భారతదేశంలో, పేటెంట్ దరఖాస్తులను భారతీయ పేటెంట్ కార్యాలయం (IPO) కు సమర్పించాలి. IPO భారతదేశంలో పేటెంట్లను అందించే అధికారిక సంస్థ.

దేశీయ పేటెంట్ దరఖాస్తులకు సాధారణంగా అవసరమైన పత్రాలు:

- దరఖాస్తు ఫారం
- ఆవిష్కరణ యొక్క వివరణ
- ఆవిష్కరణ యొక్క చిత్రాలు లేదా డ్రాయింగ్‌లు
- పేటెంట్ దరఖాస్తు రుసుము

అంతర్జాతీయ పేటెంట్ దరఖాస్తు

అంతర్జాతీయ పేటెంట్ దరఖాస్తును ఒకే దరఖాస్తుతో అనేక దేశాలలో పేటెంట్ల కోసం దరఖాస్తు చేయడానికి అనుమతిస్తుంది. అంతర్జాతీయ పేటెంట్ దరఖాస్తుల కోసం, మీరు అంతర్జాతీయ పేటెంట్ అప్లికేషన్ (PCT) ను పరిగణించవచ్చు.

PCT అనేది ఒక అంతర్జాతీయ పేటెంట్ అప్లికేషన్ వ్యవస్థ. PCT ద్వారా, మీరు ఒకే దరఖాస్తుతో 150 దేశాలలో పేటెంట్ల కోసం దరఖాస్తు చేయవచ్చు.

PCT దరఖాస్తులకు సాధారణంగా అవసరమైన పత్రాలు:

- PCT దరఖాస్తు ఫారం
- ఆవిష్కరణ యొక్క వివరణ
- ఆవిష్కరణ యొక్క చిత్రాలు లేదా డ్రాయింగ్‌లు
- PCT దరఖాస్తు రుసుము

పరీక్షకుడి కార్యాలయ చర్యలకు స్పందించడం: సమస్యలను పరిష్కరించడం మరియు సవరణలు చేయడం

పేటెంట్ దరఖాస్తును పరిశీలించేటప్పుడు, పేటెంట్ కార్యాలయం పరీక్షకుడు పేటెంట్ దరఖాస్తును అంగీకరించడానికి లేదా తిరస్కరించడానికి కారణమయ్యే సమస్యలను గుర్తించవచ్చు. ఈ సమస్యలను పరిష్కరించడానికి, పేటెంట్ దరఖాస్తుదారు పరీక్షకుడి కార్యాలయ చర్యలకు స్పందించాలి.

పరీక్షకుడి కార్యాలయ చర్యలకు స్పందించడానికి సమయం

పరీక్షకుడి కార్యాలయం పేటెంట్ దరఖాస్తును పరిశీలించడానికి ఒక నిర్దిష్ట గడువును కలిగి ఉంటుంది. ఈ గడువు ముగిసిన తర్వాత, పేటెంట్ దరఖాస్తుదారు పరీక్షకుడి కార్యాలయ చర్యలకు స్పందించడానికి మరో అవకాశం లభించదు.

పరీక్షకుడి కార్యాలయ చర్యలకు స్పందించడానికి మార్గాలు

పరీక్షకుడి కార్యాలయ చర్యలకు స్పందించడానికి, పేటెంట్ దరఖాస్తుదారు పేటెంట్ కార్యాలయానికి ఒక లేఖను సమర్పించవచ్చు. ఈ లేఖలో, పేటెంట్ దరఖాస్తుదారు పరీక్షకుడి కార్యాలయం గుర్తించిన సమస్యలను పరిష్కరించడానికి తీసుకున్న చర్యలను వివరించాలి.

పేటెంట్ దరఖాస్తుదారు పేటెంట్ కార్యాలయానికి పేటెంట్ దరఖాస్తులో సవరణలను చేయడానికి కూడా అభ్యర్థించవచ్చు. ఈ సవరణలు పరీక్షకుడి కార్యాలయం

గుర్తించిన సమస్యలను పరిష్కరించడంలో సహాయపడతాయి.

పరీక్షకుడి కార్యాలయ చర్యలకు స్పందించడానికి చిట్కాలు

- పరీక్షకుడి కార్యాలయ చర్యలను జాగ్రత్తగా పరిశీలించండి మరియు గుర్తించిన సమస్యలను అర్థం చేసుకోండి.
- పరీక్షకుడి కార్యాలయం గుర్తించిన సమస్యలను పరిష్కరించడానికి సమర్థవంతమైన మార్గాలను కనుగొనండి.
- మీ సమాధానం స్పష్టంగా మరియు సంక్షిప్తంగా ఉండేలా చూసుకోండి.
- మీ సమాధానంలో అవసరమైన అన్ని సమాచారాన్ని చేర్చండి.

పరీక్షకుడి కార్యాలయ చర్యలకు సమర్థవంతంగా స్పందించడం ద్వారా, పేటెంట్ దరఖాస్తుదారు తమ పేటెంట్ దరఖాస్తును విజయవంతంగా పొందే అవకాశాలను పెంచుకోవచ్చు.

పేటెంట్ న్యాయనిర్దేశ సమయరేఖ మరియు ముఖ్యమైన మైలురాళ్లు

పేటెంట్ దరఖాస్తును పేటెంట్ కార్యాలయం ద్వారా పరిశీలించడానికి ఒక నిర్దిష్ట సమయం పడుతుంది. ఈ సమయంలో, పేటెంట్ కార్యాలయం పరీక్షకుడు పేటెంట్ దరఖాస్తును ఆవిష్కరణకు అర్హత ఉన్నదో లేదో నిర్ణయిస్తారు.

పేటెంట్ న్యాయనిర్దేశ సమయరేఖ మరియు ముఖ్యమైన మైలురాళ్లు కింది విధంగా ఉన్నాయి:

దరఖాస్తు దశ

- దరఖాస్తు ఫారం పూరించండి మరియు అవసరమైన అన్ని పత్రాలను సమర్పించండి.
- దరఖాస్తు రుసుము చెల్లించండి.
- పేటెంట్ దరఖాస్తును పేటెంట్ కార్యాలయానికి సమర్పించండి.

పరీక్ష దశ

- పరీక్షకుడు పేటెంట్ దరఖాస్తును పరిశీలిస్తారు.
- పరీక్షకుడు పేటెంట్ దరఖాస్తులో ఏవైనా సమస్యలను గుర్తిస్తే, దరఖాస్తుదారు నుండి సమాధానం లేదా సవరణలను అభ్యర్థిస్తారు.
- పరీక్షకుడు పేటెంట్ దరఖాస్తును ఆమోదిస్తారు లేదా తిరస్కరిస్తారు.

పరిపూర్ణీకరణ దశ

- పేటెంట్ దరఖాస్తు ఆమోదించబడితే, పేటెంట్ అధికారిక రికార్డులలో నమోదు చేయబడుతుంది.
- పేటెంట్ దరఖాస్తుదారు పేటెంట్ యొక్క ఒరిజినల్ కాపీని పేటెంట్ కార్యాలయం నుండి పొందుతారు.

పేటెంట్ యొక్క జీవితకాలం

- పేటెంట్ దరఖాస్తు ఆమోదించబడిన తేదీ నుండి 20 సంవత్సరాల వరకు పేటెంట్ యొక్క జీవితకాలం ఉంటుంది.

పేటెంట్ న్యాయనిర్దేశ సమయరేఖ

పేటెంట్ న్యాయనిర్దేశ సమయరేఖ భారతదేశంలో 18 నెలలు. అయితే, పరీక్షకుడు పేటెంట్ దరఖాస్తులో ఏవైనా సమస్యలను గుర్తిస్తే, సమయరేఖ పెరుగుతుంది.

ముఖ్యమైన మైలురాళ్లు

పేటెంట్ దరఖాస్తును పేటెంట్ కార్యాలయానికి సమర్పించిన తర్వాత, క్రింది ముఖ్యమైన మైలురాళ్లు ఉన్నాయి:

- దరఖాస్తు దశ: 1-2 నెలలు
- పరీక్ష దశ: 6-12 నెలలు
- పరిపూర్ణీకరణ దశ: 2-4 నెలలు

ఈ మైలురాళ్లు కేవలం అంచనాలు మాత్రమే. నిజమైన సమయరేఖ పేటెంట్ దరఖాస్తు యొక్క సంక్లిష్టత మరియు పేటెంట్ కార్యాలయం యొక్క లోడ్‌పై ఆధారపడి ఉంటుంది.

పేటెంట్ ప్రక్రియతో సంబంధం ఉన్న ఖర్చులను అర్థం చేసుకోవడం

పేటెంట్‌ను పొందడం ఖరీదైన ప్రక్రియ కావచ్చు. పేటెంట్ దరఖాస్తును సమర్పించడానికి, మీరు పేటెంట్ కార్యాలయానికి దరఖాస్తు రుసుము చెల్లించాలి. ఈ రుసుములు దేశం మరియు పేటెంట్ రకంపై ఆధారపడి ఉంటాయి.

భారతదేశంలో, పేటెంట్ దరఖాస్తు రుసుము కింది విధంగా ఉంటుంది:

- అప్లికేషన్ ఫీ: ₹10,000
- పరిశీలన రుసుము: ₹10,000-₹20,000
- పరిపూర్ణీకరణ రుసుము: ₹10,000-₹20,000

ఈ రుసుములతో పాటు, మీరు మీ పేటెంట్ దరఖాస్తును రూపొందించడానికి మరియు దరఖాస్తు చేయడానికి పేటెంట్ న్యాయవాది లేదా ఏజెంట్ సేవల కోసం ఖర్చు చేయాలి. పేటెంట్ న్యాయవాది లేదా ఏజెంట్ యొక్క రుసుములు దరఖాస్తు యొక్క సంక్లిష్టత మరియు న్యాయవాది లేదా ఏజెంట్ యొక్క అనుభవంపై ఆధారపడి ఉంటాయి.

పేటెంట్ ప్రక్రియతో సంబంధం ఉన్న ఖర్చులను అంచనా వేయడానికి, మీరు క్రింది అంశాలను పరిగణించాలి:

- పేటెంట్ కార్యాలయం యొక్క దరఖాస్తు రుసుములు
- పేటెంట్ న్యాయవాది లేదా ఏజెంట్ యొక్క రుసుములు

- ఆవిష్కరణను అభివృద్ధి చేయడానికి మరియు పేటెంట్ దరఖాస్తును రూపొందించడానికి మీ స్వంత సమయం మరియు కృషి

పేటెంట్ ప్రక్రియ ఖరీదైనదే అయినప్పటికీ, ఇది మీ ఆవిష్కరణను ఇతరుల నుండి రక్షించడానికి మరియు మీ వ్యాపారాన్ని విజయవంతం చేయడానికి ఒక ముఖ్యమైన సాధనం కావచ్చు.

పేటెంట్ ప్రక్రియ యొక్క ఖర్చులను తగ్గించడానికి కొన్ని చిట్కాలు:

- మీ ఆవిష్కరణను పేటెంట్ చేయడానికి ముందు, మీరు నిజంగా పేటెంట్‌కు అర్హత కలిగి ఉన్నారని నిర్ధారించుకోండి. మీ ఆవిష్కరణకు ఇప్పటికే పేటెంట్ ఉన్నదో లేదో తనిఖీ చేయడానికి పేటెంట్ శోధనను నిర్వహించండి.
- మీ పేటెంట్ దరఖాస్తును మీ స్వంతంగా రూపొందించడానికి ప్రయత్నించండి. మీకు అవసరమైతే, మీరు పేటెంట్ కార్యాలయం నుండి మార్గదర్శకత్వాన్ని పొందవచ్చు.
- పేటెంట్ న్యాయవాది లేదా ఏజెంట్‌ను నియమించడానికి ముందు, వారి అనుభవం మరియు ఖర్చులను పోల్చండి.

Chapter 6: Enforcing Your Software Patent (Basics)

అధ్యాయం 6: మీ సాఫ్ట్‌వేర్ పేటెంట్‌ను అమలు చేయడం (ప్రాథమికాలు)

మీ పేటెంట్ యొక్క సంభావ్య ఉల్లంఘనను గుర్తించడం

పేటెంట్ యజమానులు తమ పేటెంట్ల యొక్క ఉల్లంఘనను నివారించడానికి మరియు ఆపడానికి చర్యలు తీసుకోవడం చాలా ముఖ్యం. పేటెంట్ ఉల్లంఘన అనేది ఒక పేటెంట్‌లో పేర్కొన్న ఆవిష్కరణను ఇతర వ్యక్తి లేదా సంస్థ ఉపయోగించడం లేదా విక్రయించడం. పేటెంట్ ఉల్లంఘనకు గురైన యజమాని దావా వేయవచ్చు మరియు నష్టపరిహారం పొందవచ్చు.

పేటెంట్ యొక్క సంభావ్య ఉల్లంఘనను గుర్తించడానికి, పేటెంట్ యజమానులు క్రింది దశలను అనుసరించవచ్చు:

1. మీ పేటెంట్‌ను బాగా అర్థం చేసుకోండి. మీ పేటెంట్‌లో పేర్కొన్న ఆవిష్కరణను మీరు బాగా అర్థం చేసుకోవాలి. దాని ప్రాథమిక సూత్రం ఏమిటి? అది ఎలా పని చేస్తుంది? దాని పరిమితులు ఏమిటి?

2. మీ పరిశ్రమను ట్రాక్ చేయండి. మీ పరిశ్రమలో ఏమి జరుగుతుందో మీరు తెలుసుకోవాలి. కొత్త ఉత్పత్తులు మరియు ప్రక్రియలు మీ పేటెంట్‌ను ఉల్లంఘిస్తున్నాయా అని చూడండి.

3. పేటెంట్ డేటాబేస్‌లను శోధించండి. పేటెంట్ డేటాబేస్‌లు ఇప్పటికే ఉన్న పేటెంట్ల గురించి సమాచారాన్ని అందిస్తాయి. మీ పేటెంట్‌ను ఉల్లంఘించే సారూప్య పేటెంట్ల కోసం శోధించండి.

4. పోటీదారులను గమనించండి. మీ పోటీదారులు మీ పేటెంట్‌ను ఉల్లంఘిస్తున్నారని మీరు అనుమానిస్తే, వారి కార్యకలాపాలను గమనించండి. వారు మీ పేటెంట్‌ను ఉపయోగించే ఉత్పత్తులు లేదా ప్రక్రియలను మీరు కనుగొంటే, వారు ఉల్లంఘనలో పాల్గొంటున్నారని మీరు నిర్ధారించుకోవచ్చు.

5. వృత్తిపరమైన సలహా తీసుకోండి. మీరు పేటెంట్ ఉల్లంఘనను గుర్తించినట్లయితే, వృత్తిపరమైన సలహా తీసుకోవడం ముఖ్యం.

ఉల్లంఘన ఎంపికలను అర్థం చేసుకోవడం: నిలిపివేయి మరియు విరమించు లేఖలు, న్యాయవాద పోరాటాలు

పేటెంట్ యజమానులు తమ పేటెంట్ల యొక్క ఉల్లంఘనను నివారించడానికి మరియు ఆపడానికి అనేక చర్యలను తీసుకోవచ్చు. ఈ చర్యలలో నిలిపివేయి మరియు విరమించు లేఖలు మరియు న్యాయవాద పోరాటాలు ఉన్నాయి.

నిలిపివేయి మరియు విరమించు లేఖలు

నిలిపివేయి మరియు విరమించు లేఖలు అనేవి ఉల్లంఘనదారులను వారి ఉల్లంఘనలను ఆపమని లేఖలు. ఈ లేఖలు సాధారణంగా ఉల్లంఘనదారులకు ఉల్లంఘనకు సంబంధించిన నిర్దిష్ట ఆధారాలను అందిస్తాయి మరియు ఉల్లంఘనను ఆపకపోతే చట్టపరమైన చర్య తీసుకుంటామని బెదిరింపు ఇస్తాయి.

నిలిపివేయి మరియు విరమించు లేఖలు అనేవి ఉల్లంఘనను సమర్ధవంతంగా నివారించడానికి ఒక మార్గం. ఉల్లంఘనదారులు లేఖను పొందిన తర్వాత, వారు తమ ఉల్లంఘనలను ఆపడానికి లేదా చట్టపరమైన పోరాటానికి సిద్ధంగా ఉండటానికి ఎంచుకోవచ్చు.

న్యాయవాద పోరాటాలు

పేటెంట్ యజమానులు ఉల్లంఘనదారులపై న్యాయవాద పోరాటాన్ని ప్రారంభించడానికి ఎంచుకోవచ్చు. న్యాయవాద పోరాటంలో, పేటెంట్ యజమాని ఉల్లంఘనదారు తమ పేటెంట్‌ను ఉల్లంఘిస్తున్నారని నిరూపించాలి.

న్యాయవాద పోరాటాలు చాలా ఖరీదైనవి మరియు సమయ తీసుకునేవి కావచ్చు. అయితే, పేటెంట్ యజమాని విజయం సాధిస్తే, వారు ఉల్లంఘనదారుల నుండి నష్టపరిహారం పొందవచ్చు.

ఉల్లంఘన ఎంపికను ఎంచుకోవడం

ఉల్లంఘన ఎంపికను ఎంచుకోవడం అనేది సంక్లిష్టమైన నిర్ణయం. పేటెంట్ యజమాని తమ పరిస్థితిని పరిగణనలోకి తీసుకోవాలి, వీటిలో ఉన్నాయి:

- ఉల్లంఘన యొక్క తీవ్రత
- ఉల్లంఘనదారు యొక్క ఆర్థిక స్థితి
- పేటెంట్ యజమాని యొక్క చట్టపరమైన మరియు ఆర్థిక వనరులు

ఉల్లంఘన తీవ్రంగా ఉంటే మరియు ఉల్లంఘనదారు యొక్క ఆర్థిక స్థితి బలంగా ఉంటే, పేటెంట్ యజమాని న్యాయవాద పోరాటాన్ని ప్రారంభించడం యొక్క ప్రయోజనం ఉంటుంది.

ఉల్లంఘన కేసుల్లో ఆధారాలు మరియు నిపుణుల సాక్ష్యం యొక్క పాత్ర

పేటెంట్ ఉల్లంఘన కేసుల్లో, పేటెంట్ యజమాని ఉల్లంఘనదారు తమ పేటెంట్‌ను ఉల్లంఘిస్తున్నారని నిరూపించాలి. దీన్ని చేయడానికి, పేటెంట్ యజమాని ఆధారాలు మరియు నిపుణుల సాక్ష్యాన్ని ఉపయోగించాలి.

ఆధారాలు

ఆధారాలు అనేవి ఒక వాదనను మద్దతు ఇవ్వడానికి ఉపయోగించే నిర్దిష్ట సమాచారం. పేటెంట్ ఉల్లంఘన కేసుల్లో, ఆధారాలు సాధారణంగా ఈ క్రింది వాటిని కలిగి ఉంటాయి:

- పేటెంట్ యొక్క ప్రాథమిక సూత్రం యొక్క వివరణ
- ఉల్లంఘనదారు ఉత్పత్తి లేదా ప్రక్రియ యొక్క వివరణ
- ఉల్లంఘనదారు ఉత్పత్తి లేదా ప్రక్రియ పేటెంట్ యొక్క ప్రాథమిక సూత్రాన్ని ఉపయోగిస్తుందని చూపించే సాక్ష్యం

ఆధారాలు బలంగా మరియు సమగ్రంగా ఉండటం ముఖ్యం. పేటెంట్ యజమాని వారి ఆధారాలను పేటెంట్ లేఖనం, టెక్నికల్ పత్రాలు, పరీక్ష ఫలితాలు మరియు ఇతర ప్రమాణాల ద్వారా మద్దతు ఇవ్వవచ్చు.

నిపుణుల సాక్ష్యం

నిపుణుల సాక్ష్యం అనేది ఒక నిర్దిష్ట అంశంపై నైపుణ్యం కలిగిన వ్యక్తి యొక్క సాక్ష్యం. పేటెంట్ ఉల్లంఘన కేసుల్లో,

నిపుణుల సాక్ష్యం సాధారణంగా ఈ క్రింది వాటిని కలిగి ఉంటుంది:

- పేటెంట్ యొక్క ప్రాథమిక సూత్రం యొక్క అర్థం
- ఉల్లంఘనదారు ఉత్పత్తి లేదా ప్రక్రియ యొక్క సాంకేతికత
- ఉల్లంఘనదారు ఉత్పత్తి లేదా ప్రక్రియ పేటెంట్ యొక్క ప్రాథమిక సూత్రాన్ని ఉపయోగిస్తుందో లేదో

నిపుణుల సాక్ష్యం ఆధారాలను బలపరచడంలో మరియు న్యాయమూర్తి లేదా జ్యూరీకి సమస్యను అర్థం చేసుకోవడంలో సహాయపడుతుంది. నిపుణుల సాక్ష్యం ఇవ్వడానికి పేటెంట్ యజమాని సాధారణంగా పేటెంట్ లాయర్ లేదా ఇతర పేటెంట్ నిపుణుడిని నియమించాలి.

ఉల్లంఘన కేసుల్లో ఆధారాలు మరియు నిపుణుల సాక్ష్యం యొక్క ప్రాముఖ్యత

ఆధారాలు మరియు నిపుణుల సాక్ష్యం పేటెంట్ ఉల్లంఘన కేసుల్లో విజయం సాధించడంలో ముఖ్యమైన పాత్ర పోషిస్తాయి. బలమైన ఆధారాలు మరియు నిపుణుల సాక్ష్యం న్యాయమూర్తి లేదా జ్యూరీకి పేటెంట్ యజమాని యొక్క వాదనను నమ్మడానికి మరింత అవకాశం ఉంది.

పేటెంట్ వివాదాల కోసం ప్రత్యామ్నాయ వివాద పరిష్కారం (ADR)

పేటెంట్ వివాదాలు సాంకేతికంగా సంక్లిష్టమైనవి మరియు ఖరీదైనవి కావచ్చు. పేటెంట్ యజమానులు మరియు ఉల్లంఘనదారులు తరచుగా వారి వివాదాలను న్యాయస్థానంలో పరిష్కరించడానికి ఎంచుకుంటారు. అయితే, న్యాయస్థాన ప్రక్రియ చాలా సమయం తీసుకోవచ్చు మరియు ఖరీదైనది కావచ్చు.

ప్రత్యామ్నాయ వివాద పరిష్కారం (ADR) అనేది న్యాయస్థానం వెలుపల వివాదాలను పరిష్కరించడానికి ఒక మార్గం. ADR యొక్క అనేక రకాలు ఉన్నాయి, వీటిలో ఉన్నాయి:

- మధ్యవర్తిత్వం: మధ్యవర్తి అనేది ఒక స్పష్టమైన మరియు నిష్పాక్షిక వ్యక్తి, అతను పక్షాల మధ్య చర్చలను నడిపిస్తాడు.
- అత్యంత ప్రయోజనకరమైన పరిష్కారం (ADR): ADR లో, పక్షాలు స్వతంత్ర నిపుణుడిని నియమిస్తాయి, అతను పక్షాలకు అత్యంత ప్రయోజనకరమైన పరిష్కారాన్ని అందిస్తాడు.
- వివాద నిర్ణయ తీర్పు: వివాద నిర్ణయ తీర్పు యొక్క ప్రక్రియలో, పక్షాలు స్వతంత్ర నిపుణుడిని నియమిస్తాయి, అతను పక్షాల వాదనలను వింటాడు మరియు తీర్పును ఇస్తాడు.

పేటెంట్ వివాదాల కోసం ADR అనేది ఒక ప్రత్యామ్నాయం, ఇది కింది ప్రయోజనాలను అందిస్తుంది:

- ఖర్చు-సమర్ధవంతం: ADR న్యాయస్థాన ప్రక్రియ కంటే తక్కువ ఖరీదైనది.
- కాలం-సమర్ధవంతం: ADR న్యాయస్థాన ప్రక్రియ కంటే తక్కువ సమయం తీసుకుంటుంది.
- స్వీకృతమైనది: ADR పక్షాలకు ఎక్కువగా స్వీకృతమైన పరిష్కారాన్ని అందించగలదు.

పేటెంట్ వివాదాల కోసం ADR అనేది ఒక మంచి ఎంపిక కావచ్చు, కానీ ఇది అన్ని సందర్భాలలో సరైనది కాదు. పేటెంట్ యజమానులు మరియు ఉల్లంఘనదారులు తమ వివాదానికి ADR సరైన పరిష్కారం అని నిర్ణయించే ముందు వారి చట్టపరమైన మరియు ఆర్థిక పరిస్థితులను పరిగణనలోకి తీసుకోవాలి.

పేటెంట్ వివాదాల కోసం ADR యొక్క ప్రయోజనాలు

- ఖర్చు-సమర్ధవంతం: ADR న్యాయస్థాన ప్రక్రియ కంటే తక్కువ ఖరీదైనది. ఇది పక్షాలకు చట్టపరమైన ఖర్చులను తగ్గించడంలో సహాయపడుతుంది.
- కాలం-సమర్ధవంతం: ADR న్యాయస్థాన ప్రక్రియ కంటే తక్కువ సమయం తీసుకుంటుంది.

పేటెంట్ అమలు యొక్క ఖర్చు పరిశీలనలు మరియు సవాళ్లు

పేటెంట్ యజమానులు తమ ఆవిష్కరణలను రక్షించడానికి పేటెంట్ అమలును ఉపయోగించవచ్చు. పేటెంట్ అమలు అనేది పేటెంట్ యజమాని తమ పేటెంట్ను ఉల్లంఘిస్తున్నారని భావించే వ్యక్తుల నుండి న్యాయస్థానంలో రక్షణ పొందడం.

పేటెంట్ అమలు ఖరీదైన ప్రక్రియ కావచ్చు. ఖర్చులలో ఈ క్రిందివి ఉన్నాయి:

- చట్టపరమైన ఖర్చులు: పేటెంట్ అమలు కేసులను నిర్వహించడానికి న్యాయవాదులను నియమించడం ఖరీదైనది.
- సాక్ష్యాల ఖర్చులు: పేటెంట్ అమలు కేసులలో సాధారణంగా సాంకేతిక సాక్ష్యం అవసరం. ఈ సాక్ష్యాన్ని పొందడం ఖరీదైనది.
- బాధ్యత ఖర్చులు: పేటెంట్ అమలు కేసులో పేటెంట్ యజమాని విజయం సాధించినట్లయితే, ఉల్లంఘనదారుకు నష్టపరిహారం చెల్లించాల్సి ఉంటుంది. ఈ నష్టపరిహారం చాలా పెద్దదిగా ఉండవచ్చు.

పేటెంట్ అమలు యొక్క ఖర్చుల వల్ల పేటెంట్ యజమానులు కొన్ని సవాళ్లను ఎదుర్కొంటున్నారు. ఈ సవాళ్లలో ఈ క్రిందివి ఉన్నాయి:

- పేటెంట్ యజమానులను ఉల్లంఘన నుండి రక్షించడంలో విఫలమవుతుంది: ఖర్చు కారణంగా, పేటెంట్ యజమానులు

తమ పేటెంట్లను ఉల్లంఘించే వ్యక్తులను ఎదుర్కోవడానికి తగిన చర్యలు తీసుకోలేకపోవచ్చు.

- పేటెంట్ యజమానులను ఉల్లంఘనదారులకు బలహీనంగా చేస్తుంది: ఖర్చు కారణంగా, పేటెంట్ యజమానులు ఉల్లంఘనదారులతో సమస్యలను పరిష్కరించడానికి చర్చలు జరపడానికి సిద్ధంగా ఉండకపోవచ్చు.

పేటెంట్ అమలు యొక్క ఖర్చులను తగ్గించడానికి కొన్ని విధానాలు ఉన్నాయి. ఈ విధానాలలో ఈ క్రిందివి ఉన్నాయి:

- ప్రభుత్వం పేటెంట్ అమలు ఖర్చులను సహాయం చేయడానికి చర్యలు తీసుకోవచ్చు.
- పేటెంట్ యజమానులు ఇతర పేటెంట్ యజమానులతో కలిసిపోయి వారి ఖర్చులను తగ్గించడానికి చర్యలు తీసుకోవచ్చు.

పేటెంట్ అమలు యొక్క ఖర్చులను తగ్గించడానికి చర్యలు తీసుకోవడం ద్వారా, పేటెంట్ యజమానులను వారి ఆవిష్కరణలను రక్షించడానికి మరింత సమర్థవంతంగా చేయడంలో సహాయపడవచ్చు.

Chapter 7: Maintaining and Protecting Your Software Patent

అధ్యాయం 7: మీ సాఫ్ట్‌వేర్ పేటెంట్‌ను నిర్వహించడం మరియు రక్షించడం

పేటెంట్ నిర్వహణ రుసుములు మరియు వాటి ప్రాముఖ్యత

పేటెంట్ అనేది ఒక ప్రభుత్వం ఇచ్చే ఒక రకమైన ఆస్తి హక్కు, ఇది రూపకర్తకు వారి కొత్త ఆవిష్కరణను నిర్దిష్ట కాల వ్యవధిలో ప్రపంచవ్యాప్తంగా ఏకస్వామ్యంగా ఉపయోగించే హక్కును ఇస్తుంది. పేటెంట్‌ను పొందడానికి, రూపకర్త పేటెంట్ అభ్యర్థనను దాఖలు చేయాలి మరియు దానిని ఆమోదించడానికి రుసుము చెల్లించాలి. పేటెంట్ అనుమతించబడితే, రూపకర్తకు పేటెంట్ రుసుములు చెల్లించాలి.

పేటెంట్ నిర్వహణ రుసుములు

పేటెంట్ నిర్వహణ రుసుములు అనేవి పేటెంట్‌ను యధావిధిగా ఉంచడానికి రూపకర్త చెల్లించే రుసుములు. ఈ రుసుములు పేటెంట్ యొక్క ఆయుష్షును పొడిగించడానికి ఉపయోగించబడతాయి. పేటెంట్‌ను పునరుద్ధరించడానికి, రూపకర్తకు ప్రతి ఆరు సంవత్సరాలకు ఒకసారి పునరుద్ధరణ రుసుము చెల్లించాలి.

పేటెంట్ నిర్వహణ రుసుముల ప్రాముఖ్యత

పేటెంట్ నిర్వహణ రుసుములు పేటెంట్ యొక్క ప్రాముఖ్యతను ప్రతిబింబిస్తాయి. ఈ రుసుములు పేటెంట్ యొక్క చట్టబద్ధతను నిర్ధారించడంలో సహాయపడతాయి మరియు పేటెంట్ యజమాని తమ ఆవిష్కరణను రక్షించడానికి తగిన చర్యలు తీసుకుంటున్నారని చూపిస్తాయి.

పేటెంట్ నిర్వహణ రుసుములను సమర్ధవంతంగా చెల్లించడం

పేటెంట్ నిర్వహణ రుసుములను సమర్ధవంతంగా చెల్లించడానికి కొన్ని చిట్కాలు ఇక్కడ ఉన్నాయి:

- రుసుములను సమయానికి చెల్లించండి. రుసుములను సమయానికి చెల్లించకపోతే, పేటెంట్ తొలగించబడుతుంది.
- రుసుములను ఆన్‌లైన్‌లో చెల్లించండి. ఆన్‌లైన్‌లో రుసుములను చెల్లించడం సులభం మరియు ఖర్చు-సమర్ధవంతం.
- రుసుములను ఒకేసారి చెల్లించండి. రుసుములను ఒకేసారి చెల్లించడం ద్వారా, మీరు రుసుములపై ఆదా చేయవచ్చు.

పేటెంట్ నిర్వహణ రుసుములు పేటెంట్ యొక్క ప్రాముఖ్యతను ప్రతిబింబిస్తాయి. ఈ రుసుములు పేటెంట్ యొక్క చట్టబద్ధతను నిర్ధారించడంలో సహాయపడతాయి మరియు పేటెంట్ యజమాని తమ ఆవిష్కరణను రక్షించడానికి తగిన చర్యలు తీసుకుంటున్నారని చూపిస్తాయి.

ఉల్లంఘన మరియు సంభావ్య సవాళ్ల కోసం మీ పేటెంట్ ను పర్యవేక్షించడం

పేటెంట్ అనేది రూపకర్తకు వారి ఆవిష్కరణను రక్షించే చట్టపరమైన హక్కు. పేటెంట్ యొక్క ప్రయోజనాలను పొందడానికి, పేటెంట్ యజమాని తమ పేటెంట్‌ను ఉల్లంఘించే వ్యక్తులను గుర్తించడానికి మరియు వారి హక్కులను రక్షించడానికి చర్యలు తీసుకోవాలి.

ఉల్లంఘనను గుర్తించడం

ఉల్లంఘనను గుర్తించడానికి అనేక మార్గాలు ఉన్నాయి. ఒక మార్గం, మీ పరిశ్రమను ట్రాక్ చేయడం మరియు మీ పేటెంట్ ను ఉపయోగించే ఉత్పత్తులు లేదా ప్రక్రియల కోసం చూడటం. మరొక మార్గం, ట్రేడ్ మార్క్ ఫైలింగ్‌లు మరియు ఇతర పేటెంట్ అభ్యర్థనలను స్క్రీన్ చేయడం. మీరు పేటెంట్ ఫైలింగ్‌లను పర్యవేక్షించడానికి మరియు మీ పేటెంట్‌ను ఉల్లంఘించే అవకాశం ఉన్న అభ్యర్థనలను గుర్తించడానికి సహాయపడే పేటెంట్ స్క్రీనింగ్ సేవలను కూడా ఉపయోగించవచ్చు.

సవాళ్లను ఎదుర్కోవడం

మీరు ఉల్లంఘనను గుర్తించినట్లయితే, మీరు చర్యలు తీసుకోవాలి. మీరు ఉల్లంఘనదారుతో ఒప్పందం కుదుర్చుకోవచ్చు, లేదా మీరు న్యాయస్థానంలో కేసును ప్రారంభించవచ్చు. ఒప్పందం కుదుర్చుకోవడం అనేది తరచుగా ఉత్తమ మార్గం, ఎందుకంటే ఇది వేగంగా మరియు ఖర్చు-సమర్థవంతమైన పరిష్కారాన్ని అందించవచ్చు.

అయితే, ఉల్లంఘనదారు ఒప్పందానికి సమ్మతి చెందకపోతే, మీరు న్యాయస్థానంలో కేసును ప్రారంభించాల్సి ఉంటుంది.

పేటెంట్‌ను పర్యవేక్షించడానికి చిట్కాలు

- మీ పరిశ్రమను ట్రాక్ చేయండి మరియు మీ పేటెంట్‌ను ఉపయోగించే ఉత్పత్తులు లేదా ప్రక్రియల కోసం చూడండి.
- ట్రేడ్ మార్క్ ఫైలింగ్‌లు మరియు ఇతర పేటెంట్ అభ్యర్ధనలను స్క్రీన్ చేయండి.
- పేటెంట్ స్క్రీనింగ్ సేవలను ఉపయోగించండి.
- ఉల్లంఘనను గుర్తించినట్లయితే, వెంటనే చర్యలు తీసుకోండి.

మీ పేటెంట్‌ను లైసెన్స్ చేయడం: ఆదాయం మరియు భాగస్వామ్యాలను సృష్టించడం

పేటెంట్ అనేది రూపకర్తకు వారి ఆవిష్కరణను రక్షించే చట్టపరమైన హక్కు. పేటెంట్ యజమాని తమ పేటెంట్‌ను స్వయంగా ఉపయోగించవచ్చు లేదా దానిని ఇతరులకు ఉపయోగించడానికి అనుమతించవచ్చు. పేటెంట్‌ను ఇతరులకు ఉపయోగించడానికి అనుమతించడాన్ని లైసెన్సింగ్ అంటారు.

లైసెన్సింగ్ అనేది పేటెంట్ యజమానులకు అనేక ప్రయోజనాలను అందిస్తుంది. ఇది ఆదాయాన్ని ఉత్పత్తి చేయడానికి మరియు వారి ఆవిష్కరణలను మరింత విస్తృతంగా ఉపయోగించడానికి సహాయపడుతుంది. ఇది కూడా వారి పరిశ్రమలో భాగస్వామ్యాలను సృష్టించడానికి మరియు వారి ఆవిష్కరణల నుండి ఎక్కువ లాభాలను పొందడానికి సహాయపడుతుంది.

లైసెన్సింగ్ యొక్క రకాలు

లైసెన్సింగ్ అనేక రకాలు ఉన్నాయి. ఒక సాధారణ రకం కేస్ లైసెన్స్. ఈ రకమైన లైసెన్స్‌లో, లైసెన్సీ ఒక నిర్దిష్ట ఉత్పత్తి లేదా ప్రక్రియ కోసం పేటెంట్‌ను ఉపయోగించడానికి అనుమతి పొందుతుంది. మరొక సాధారణ రకం రివర్స్ లైసెన్స్. ఈ రకమైన లైసెన్స్‌లో, పేటెంట్ యజమాని ఇతర వ్యక్తి లేదా సంస్థ నుండి పేటెంట్‌ను ఉపయోగించడానికి అనుమతి పొందుతుంది.

లైసెన్సింగ్ ఒప్పందాలు సాధారణంగా ఒక నిర్దిష్ట వ్యవధి కోసం ఉంటాయి. ఒప్పందం ముగిసిన తర్వాత, లైసెన్సీ పేటెంట్‌ను ఉపయోగించడం ఆపివేయాలి.

లైసెన్సింగ్ యొక్క ప్రయోజనాలు

లైసెన్సింగ్ పేటెంట్ యజమానులకు అనేక ప్రయోజనాలను అందిస్తుంది. ఇది ఆదాయాన్ని ఉత్పత్తి చేయడానికి మరియు వారి ఆవిష్కరణలను మరింత విస్తృతంగా ఉపయోగించడానికి సహాయపడుతుంది. ఇది కూడా వారి పరిశ్రమలో భాగస్వామ్యాలను సృష్టించడానికి మరియు వారి ఆవిష్కరణల నుండి ఎక్కువ లాభాలను పొందడానికి సహాయపడుతుంది.

ఆదాయం

లైసెన్సింగ్ అనేది పేటెంట్ యజమానులకు ఆదాయాన్ని ఉత్పత్తి చేయడానికి ఒక మార్గం. లైసెన్సింగ్ ద్వారా పేటెంట్ యజమాని లైసెన్సీ నుండి ఫీజు లేదా రాయితీలను పొందవచ్చు.

బలమైన పేటెంట్ పోర్ట్‌ఫోలియోను నిర్మించడానికి వ్యూహాలు

పేటెంట్ అనేది రూపకర్తకు వారి ఆవిష్కరణను రక్షించే చట్టపరమైన హక్కు. బలమైన పేటెంట్ పోర్ట్‌ఫోలియో అనేది ఒక వ్యాపారానికి విలువైన ఆస్తి, ఇది వారి పోటీతత్వాన్ని పెంచడానికి మరియు వారి ఆదాయాన్ని పెంచడానికి సహాయపడుతుంది.

బలమైన పేటెంట్ పోర్ట్‌ఫోలియోను నిర్మించడానికి అనేక వ్యూహాలు ఉన్నాయి. కొన్ని ప్రధాన వ్యూహాలు ఇక్కడ ఉన్నాయి:

- అభివృద్ధి ప్రక్రియలో ముందుగానే పేటెంట్‌లను పరిగణించండి. మీరు కొత్త ఆవిష్కరణను అభివృద్ధి చేస్తున్నప్పుడు, మీరు మీ ఆవిష్కరణను రక్షించడానికి పేటెంట్‌లను పొందవచ్చో లేదో పరిగణించడం ముఖ్యం. మీ ఆవిష్కరణను పేటెంట్ చేయడానికి ముందు, మీరు మీ ఆవిష్కరణ నూతనమైనదో లేదో మరియు ఇది పేటెంట్‌కు అర్హమో కాదో నిర్ధారించుకోవాలి.

- పేటెంట్ అభ్యర్థనలను నాణ్యంగా రూపొందించండి. మీరు పేటెంట్‌ను దాఖలు చేస్తున్నప్పుడు, మీరు మీ అభ్యర్థనను ఖచ్చితంగా మరియు స్పష్టంగా రూపొందించాలి. మీ అభ్యర్థనలో తప్పులు లేదా లోపాలు ఉంటే, మీ పేటెంట్‌ను అంగీకరించే అవకాశం తక్కువ.

- పేటెంట్‌లను నిర్వహించండి. మీరు పేటెంట్‌లను పొందిన తర్వాత, మీరు వాటిని సమర్థవంతంగా నిర్వహించాలి. మీరు మీ పేటెంట్ల యొక్క యజమాని హక్కులను రక్షించడానికి అవసరమైన అన్ని చర్యలు తీసుకోవాలి.

అభివృద్ధి ప్రక్రియలో ముందుగానే పేటెంట్లను పరిగణించండి

మీరు కొత్త ఆవిష్కరణను అభివృద్ధి చేస్తున్నప్పుడు, మీరు మీ ఆవిష్కరణను రక్షించడానికి పేటెంట్లను పొందవచ్చో లేదో పరిగణించడం ముఖ్యం. మీ ఆవిష్కరణను పేటెంట్ చేయడానికి ముందు, మీరు మీ ఆవిష్కరణ నూతనమైనదో లేదో మరియు ఇది పేటెంట్‌కు అర్హమో కాదో నిర్ధారించుకోవాలి.

మీ ఆవిష్కరణ నూతనమైనదో లేదో నిర్ధారించడానికి, మీరు మీ ఆవిష్కరణకు సంబంధించిన ఇతర పేటెంట్లను శోధించాలి.

పేటెంట్ చట్టం మరియు ఉత్తమ పద్ధతులలో మార్పుల గురించి తెలుసుకోవడం

పేటెంట్ చట్టం మరియు ఉత్తమ పద్ధతులు నిరంతరం మారుతుంటాయి. ఈ మార్పులు పేటెంట్ యజమానులు మరియు వినియోగదారులకు ముఖ్యమైన ప్రభావాన్ని చూపుతాయి.

పేటెంట్ చట్టంలోని మార్పులు

పేటెంట్ చట్టంలోని మార్పులు సాధారణంగా కింది అంశాలను ప్రభావితం చేస్తాయి:

- పేటెంట్ యోగ్యత: మార్పులు కొత్త ఆవిష్కరణలను పేటెంట్ కు అర్హమైనవిగా చేయడానికి లేదా చేయకుండా చేయవచ్చు.
- పేటెంట్ కాలపరిమితి: మార్పులు పేటెంట్ యొక్క కాలపరిమితిని పొడిగించవచ్చు లేదా తగ్గించవచ్చు.
- పేటెంట్ అమలు: మార్పులు పేటెంట్ యజమానులకు వారి హక్కులను రక్షించడానికి మరింత లేదా తక్కువ సులభతరం చేయవచ్చు.

ఉత్తమ పద్ధతుల్లోని మార్పులు

ఉత్తమ పద్ధతులు కూడా నిరంతరం మారుతుంటాయి. ఈ మార్పులు కింది అంశాలను ప్రభావితం చేస్తాయి:

- పేటెంట్ అభివృద్ధి: మార్పులు పేటెంట్ అభ్యర్థనలను మరింత సమర్థవంతంగా రూపొందించడానికి సహాయపడతాయి.

- పేటెంట్ రక్షణ: మార్పులు పేటెంట్ యజమానులకు వారి ఆవిష్కరణలను మరింత బలంగా రక్షించడానికి సహాయపడతాయి.

పేటెంట్ చట్టం మరియు ఉత్తమ పద్ధతులలోని మార్పుల గురించి తెలుసుకోవడం

పేటెంట్ చట్టం మరియు ఉత్తమ పద్ధతులలోని మార్పుల గురించి తెలుసుకోవడం ముఖ్యం. ఈ మార్పుల గురించి తెలుసుకోవడం వలన మీరు మీ పేటెంట్ హక్కులను రక్షించుకోవడానికి మరియు మీ వ్యాపారాన్ని విజయవంతం చేయడానికి మీకు సహాయపడుతుంది.

పేటెంట్ చట్టం మరియు ఉత్తమ పద్ధతులలోని మార్పుల గురించి తెలుసుకోవడానికి కొన్ని మార్గాలు ఇక్కడ ఉన్నాయి:

- పేటెంట్ కార్యాలయాల వెబ్‌సైట్‌లను చూడండి: ప్రతి పేటెంట్ కార్యాలయం తన చట్టం మరియు ఉత్తమ పద్ధతులలోని మార్పుల గురించి సమాచారాన్ని అందిస్తుంది.
- పేటెంట్ లా మరియు పేటెంట్ మేనేజ్‌మెంట్‌లో నిపుణులతో మాట్లాడండి: వారు మీకు మార్పుల గురించి సమాచారాన్ని అందించగలరు మరియు మీ పేటెంట్ హక్కులను రక్షించుకోవడానికి మీకు సహాయపడగలరు.

www.ingramcontent.com/pod-product-compliance
Lightning Source LLC
LaVergne TN
LVHW010602070526
838199LV00063BA/5045
9798869219992